ஒலிக்காத இளவேனில்

தொகுப்பு
தான்யா
பிரதீபா கனகா - தில்லைநாதன்

வடலி

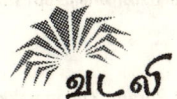

ஒலிக்காத இளவேனில்	**SILENT SPRING**
தொகுப்பு தான்யா பிரதீபா கனகா - தில்லைநாதன்	**Poetry Compilers:** Nirmala (Thanya), Pratheeba Thillainathan
கவிதைகள் உரிமை : கவிஞர்கள்	**Poetry** © Poets
நூல் வடிவமைப்பு : கீதா	**Book Layout :** Geetha
அட்டை புகைப்படம் மற்றும் வடிவமைப்பு : சத்யா	**Photo & Cover Designs:** Sathiya
முதலாம் பதிப்பு : டிசம்பர் 2009	**First Edition:** December 2009

Contact:
Kanagampikai
109-1703 McCowan Rd
M1S 4L1, SCAR - ON,
Canada
ktdeepa@gmail.com,tthanya@gmail.com

விலை ரூ 135.00

வடலி வெளியீடு
10வது குறுக்குத் தெரு ட்ரஸ்டு புரம், கோடம்பாக்கம்,
சென்னை 600 024
தொலைபேசி : 91#4354 0358 மின்னஞ்சல் sales.vadaly@gmail.com

Published by Vadali
13/54, 10th Cross Street, Trust Puram, Kodampakkam Chennai 600 024
Phone : 0091 44 4354 0358 Email :sales.vadaly@gmail.com

தாம் எழுதாத கவிதைகளை எழுதுமாறு
சொல்லிச் சென்ற சகோதரிகள் முதல்
எழுதிய கவிதைகளுக்காய் அழிக்கப் பட்டவர்கள் வரை
எல்லாவிதமான அடக்குமுறைகளுக்கும் பலியான,
விடுதலை மீதான தம் ஈடுபாடாக
உற்சாகமான பங்களிப்புகளை
வழங்கிச் சென்ற / வழங்குகின்ற
நம் பெண்களுக்கு...

ஒலிக்காத இளவேனில் :
அமரர் ஏ.ஜே. கனகரத்னா (1938 - 2006) அவர்கள் றேச்சல் ஹார்சனின் "Silent Spring" நூல் குறித்த அறிமுகத்தில் அதனை இவ்வாறு தமிழாக்கியிருந்தார். இத் தொகுதிக்குப் பொருத்தமான குரலாக இருப்பதால் அதுவே நன்றியுடன் எடுத்தாளப்படுகிறது.

☐ அறிமுகம்

எழுதப்படாத கற்பனைகள்

பிரதீபா கனகா - தில்லைநாதன்

இரண்டாயிரம் ஆண்டுகால இலக்கிய மரபில் ஔவையார், காரைக்கால் அம்மையார், ஆண்டாள், வெள்ளிவீதியார், நன்முல்லையார் என குறிப்பிடத்தக்க பெண் கவிஞர்களின் பங்களிப்பு தமிழில் உண்டு. விடுதலைப் போராட்டங்களில் பிரச்சாரமாக இடம்பெற்ற / இடம்பெறுகிற அரசியல் எழுத்துக்கள், கவிதைகள் அல்லது பாடல்களாகின்றன. பெண்களைப் பொறுத்தளவில் இலக்கிய வடிவங்கள் பல இருக்கின்ற போதும், அவர்கள் புனைவாளர்களாகவோ, விமர்சகர்களாகவோ இல்லாமல் கவிஞர்களாக இருப்பதற்கு அவர்களுக்கென்றிருக்கிற சொற்ப நேரமும் அதற்கான இடமும் காரணமாகக் கூடும். அந்த வகையில், வன்முறையாலும் தனிமையாலும் உருவாகியிருக்கிற எம் சமகாலத்தை பதியும் நோக்கில் வெளிவரும் இம் முயற்சியும் ஒரு கவிதைத் தொகுப்பாகவே அமைகிறது.

இதுவரையில், சொல்லாத சேதிகள் (இலங்கை, 1986), மறையாத மறுபாதி (ஐரோப்பா, 1992), உயிர்வெளி - பெண்களின் காதற் கவிதைகள் (கிழக்கிலங்கை, 1999), எழுதாத உன் கவிதை - தமிழீழப் பெண்களின் கவிதைகள் (வட இலங்கை, 2001) ஆகியனவை வேறுபடும் கருத்து நிலைகளில் உள்ள இலங்கைப் பெண்களைக் கொண்டு வெளிவந்த கூட்டுத் தொகுதிகளாக அறிகிறோம்; பறத்தல் அதன் சுதந்திரம் (இந்தியா, 2001) இலங்கை - இந்தியா - புலம்பெயர் பெண் கவிஞர்களின் கவிதைகளோடு வெளி வந்தது (விடுபட்ட இக்காலப் பகுதிக்குரிய வேறும் தொகுதிகள் இருக்கலாம்).

இவற்றினைத் தொடர்ந்து, ஈழத்தின் கவிதை வழியினைக் கடந்து / தொடர்ந்து, ஈழத்தோடு அவர்களுடைய பண்பாட்டையும் நினைவையும் - வெவ்வேறு விகிதங்களில் - பகிர்கிற அல்லது பகிராத குறிப்பிட்ட சில பெண்களது அனுபவங்கள் ஊடாக, ஓர் அந்நிய மற்றும் சமகால வாழ்வை இத்தொகுப்பு பதிய முனைகிறது. வட அமெரிக்காவைக் களமாகக்

கொண்டு தொகுக்கப்பட்டதால், அங்கிருந்தே பெரும்பான்மைக் கவிஞைகளோடு வெளிவருகின்ற இதில் எழுதியுள்ள பலரும் கவிதை - பிரசுரவெளிக்குப் புதியவர்களே.

இத்தொகுதி - தமது அரசியல் நம்பிக்கைகளாலும் வாழ்வு முறைகளாலும் வேறுபடுகிற, சமூகத்தில் வெவ்வேறு பாத்திரங்களைக் கொண்டிருக்கிற, உலகின் வெவ்வேறு நகரங்களில் உள்ளவர்களை, இலங்கைப் பெண்கள் என்கிற பொது உடன்பாட்டின் அடிப்படையில் கூட்டிணைக்க முனைந்திருக்கிறது. இதில் எழுதியிருக்கிற ஒவ்வொருவரது உலகும் ஒவ்வொரு தனித்தனி ஆட்களின் உலகங்கள்; அவ்வகையில், **இந் நூல் தரக்கூடிய மொத்தக் கருத்தோடும் இக் கவிஞர்கள் அனைவரும் உடன்படவில்லை.**

[பின்புலம்]

சராசரியான புலம்பெயர் தமிழ்ப் பொதுமகன் ஒருவரிடம் புலம்பெயர்ந்த மண்ணில் அவருக்குரிய பிரச்சினை என்னவென்று கேட்கப் படின், அவருடைய பதிலும் ஆதங்கமுமாய், பெயர்ந்த மண்ணில், தமது பண்பாடு அழிந்துபோவதையிட்ட முறையிடலும் இருக்கும். அதில்: ஒரு தமிழ்ப்பெண் காப்பிலியையோ (காப்பிலி: கறுப்பு இனத்தவரை புலம்பெயர் தமிழர் அழைக்கிற கொச்சைப் பெயர்) பிற இனத்தவன் ஒருவனையோ திருமணம் செய்து விடுவாள் என்பதுடன்; ஒரே இனத்தைச் சேர்ந்த, வேறு ஜாதியான, ஒரு தமிழ் மகனை எப்படி அடையாளங் கண்டு திருமணம் செய்யாமல் விடுவாள் என்கிற வகைக் கவலைகளும் அடங்கும். மொழியைவிடவும் மதம், பஜனை வகுப்புகள், பரதநாட்டியம், கர்நாடக சங்கீதம் எனப் பிள்ளைகளை - முக்கியமாகப் பெண் குழந்தை களை - வகுப்புகளுக்குக் கொண்டு சென்று, தமது கலாசாரத்தைக் கைக்கொண்டுவிடவே அவர்கள் விரும்புகிறார்கள். மறுபுறம், கவிஞன்களது பிரதிகள் வீடு திரும்புதல் பற்றிய ஏக்கங்களை, பனி தூவும் விடியற் போர்வையை விலத்திப் பகிர்தலும் தொடருகின்றது. மரபான சகல பிம்பங்களும் உடைக்கப்பட வேண்டியனவாய் இருக்க, "கவிஞன்" என்கிற பிம்பத்தை மட்டும், விடாது தாமே கட்டி எழுப்பிக் காவித் திரிகின்றன ஆண்களின் பிரதிகள். எனின் அவர்களுடைய அத்தகு ஆதங்கங்களும் பெரும் துக்கமும் இந்த மண்ணில் வளர்கிற பெண் களுக்கோ; ஈழத்தில் வெள்ளாள ஆதிக்கத்தின்கீழ் - வீடோ தமக்கென நிலங்களோ அற்று - ஒடுக்கப்பட்ட (இங்கு வதியும்) சிறுபான்மை மக்களுக்கோ; அடுத்த தலைமுறைத் தமிழ் இளைஞர்களுக்கோ உரியதன்று.. அவர்கள் எதிர்கொள்கிற அனுபவங்களது வெளி முந்தையவர்களிடமிருந்து வேறுபட்டது.

இங்கு முதலாளிய சமூகத்தின் அங்கமான பொருள்முதல்வாத சிந்தனைப் போக்கிற்கமையவே இயங்கும் எம் சமூக வாழ்வில், போரினால் தமது வீட்டை இழந்துவந்த ஒரு மக்கள் கூட்டம் (தமக்கென வீட்டினை, நிலத்தினை புலத்தினில் கொண்டிருந்த ஒரு வர்க்கம்), சொத்துச் சேர்த்து வீடு வாங்கி, பின் அதற்காகக் குறைந்த ஊதியத்தில் ஓடத் தொடங்குகிறது. வீடு வாங்குதல் அவர்களது இழப்புகளின் குறியீடாயும் பதிலீடாயும் ஆகிவிடுகிறது. புலம்பெயர்ந்த நாடுகளின் சமூகங்களிலும் சொத்துச் சேர்ப்பு, திருமணம், குடும்பம், குடும்பத்திற் கென உழைப்பு என எல்லா நிறுவனங்களும் அப்பழுக்கற்றதாய் அப்படியே பின்பற்றப் படுவதும் தொழிற்சாலைகளில் தமது உரிமை களை வலியுறுத்தவியலாதளவு சார்ந்திருப்பவர்களாக, வங்கிகளது நிரந்தரக் கடனாளிகளாக, மனிதர்கள் ஆகிவிடுவதும், யதார்த்தமாகி விடுகிறது. மறுபுறம்: ஏனையவற்றுடன், வாழ்வின் அழுத்தங்களினால், குடும்ப வன்முறையால், மன உளைச்சலால் தற்கொலை செய்து கொள்கிற தமிழ்ப் பெண்கள்; யார் யாராலோ எழுதப்பட்ட, எழுதப்பட்டுக் கொண்டிருக்கும் தமது வரலாற்றில், யுத்தத்தின் பல்வேறு துயரங்களின் பளுவுடன் சுழலும் உளைச்சலுற்ற மனிதர்கள்; பொது வீதிகளில் வேகக் கார் ஓட்டங்களில் - குழு வன்முறைகளில், தன்மொழிக்குரியவனையே காரினால் அடித்தும் அடிக்கப்பட்டும் ஒரே சமயத்தில் கொலையாளி யாகவும் கொல்லப்பட்டவனாகவும் ஆகிவிடுகிற இளைஞர்கள்... இவ்வாறாய், வன்முறையைத் தூண்டியவாறு போர்ப் புலத்தின் காலடிகள் எம்மைத் தொடர்கின்றன. போரினது கோரத்தை அறியாத போரினுள் வாழ்ந்திராத புலத்தில் வாழும் நம் பிள்ளைகளது கரங்களிலும் அதன் வன்முறை வெறி ஊடுருவியிருக்கின்றது.

(புலம்பெயர், இளம் தலைமுறை ஆண்களது தமிழ் "ரவுடி" சினிமா மற்றும் வன்முறை குழுக்களைப் பாடுபொருளாகக் கொண்ட கறுப்பர்களது வெகுசன இசை மீதான கவர்ச்சி (gang culture / gang based music influence) வன்முறைக் குழுக்கள் தனியே ஆண்களுடையதா என்பதுவும், வன்முறைக்கு பலியாகும் கறுப்பு இளைஞர்கள் உருவாகிற கறுப்பு சேரிகள் (ghetto) எனப்படுகிற மேற்கின் திட்டமிட்ட பிரித்து வைத்தல் (Systemetic segregation) உரையாடப் பட வேண்டியனவாகும். இவற்றிலுள்ள - இங்கே குறிப்பிடக்கூடிய - துயரகரமான அவதானம், வன்முறைக் குழுக்கள் பெரும்பாலும் சண்டையிட்டுக் கொள்வது தமது இன மனிதர்களுடனும் தமது வர்க்க மனிதர்களுடனும் தான். போதைப் பொருட்கள் விற்பனை, துவக்குகள் என இவர்களது நுகர்வில் பயனடைவோராக திரைமறைவில் பெரும் வியாபாரிகள் இருக்க, வெளியில் வன்முறையில் இறங்கும் பெண்களானாலும் ஆண்களாலும்

அவர்களது சண்டைத் தரப்பாக அகதிகளான சக இன மற்றும் ஒரே வர்க்கத்தினரே இருக்கிறார்கள். அவர்கள் மாறி மாறி தம்மை அடித்துக் கொல்வது என்பது, அவர்களைப் பெற்றெடுத்தவர்களது தவிர, யாருடைய துயரமாய் இருக்க முடியும்?)

அவர்களை இயக்கிக் கொண்டிருக்கிற வன்முறையுலகம், பொருள்சார் மோகம் என - இங்கே நாம் எதிர்கொள்கின்றவை, தனிப்ப(ட்)ட ஒரு சமூகம் எதிர்கொள்கின்றவை மட்டுமன்று. யுத்தத்திலிருந்து விலகி வந்த பிறகும் ஆழ ஊடுருவிய அதை தொடர்ந்தும் தம்முடன் சுமக்கிற இனங்களது யதார்த்தம் புதியதும் அல்ல. ஆனால் கலாசார, பாலின, தலைமுறை இடைவெளிகளைப் புறந் தள்ளிப், இப் பிரச்சினைகளைத் தம் சமூகத்தின் நலனை முன்வைத்து (கலாசார இடைவெளிகளை மீறி) விசாலமாய் அணுகுகிற சிந்தனைப் போக்கும் அதை வளர்க்கிற வேலைத் திட்டங்களும் எம்மிடையே உள்ளதாக என்பதே கேள்வியாகும்.

இங்குள்ள தமிழ் சமூக நிறுவனங்கள் அந்நியப்படுகிற இளைஞர்களது நலனைவிட - படித்த, யாழ் - மையவாத (வெள்ளாள, ஆதிக்கஜாதி மனோபாவ)- சிந்தனைகளது இணங்கு தளங்களாகவே உள்ளன. அதன் வேலையாட்கள் ஆங்கில அறிவைப் பெற்ற ஒரு மேற்குடி மட்டத்தினரே. அவை “கட்டி எழுப்ப” விரும்புவது தனிப்பட்ட நலன்களும், “தமிழர்கள் *அனைவரும்* வன்முறையாளர்கள் அல்ல” “வன்முறையில் ஈடுபடும் இளைஞர்கள் (எங்களைப் போல) படித்தவர்கள் அல்ல” என்பதான - பிரச்சினையானவற்றை/பிரச்சினையானவர்களை ஒதுக்க/ தவிர்க்க விழையும் - ஒரு தப்பித்தல் போக்கினைத் தான். அப்படியாய் வெகுசன வட்டத்துள் தவிர்க்கப்படும் சமூகத்தின் ஒரு சாராரின் அழிவுப் போக்கு - இன்னொருவகையில் கனடிய அதிகாரங்களினால் மறைமுகமாய்க் கட்டமைக்கப்பட்டுள்ள இனத்துவப் பாகுபாடுகளுக்கே உதவி புரிந்து வழிவிடுகின்றன. இள வயதுகளில் சிறைச்சாலைகளில் நிறைந்திருக்கிற, நீதிமன்றங்களை ஏறி இறங்குகிற எமது இளைஞர்களே அதற்கு சாட்சியாக உள்ளார்கள். போரின் கொடிய கரங்களிலிருந்து தம் பிள்ளைகளைக் காப்பாற்றிக் கொண்டு வந்தவர்கள், புதிய நிலத்தின் இனவாதப் பொறிகளுக்கு அவர்களை இழக்க வேண்டியிருக்கிறது.

000

எமது சமகாலம் வன்முறையாலும் தனிமையாலும் உருவாகி யிருக்கிறது. நாம் விரக்தியால் பின்னப் பட்டிருக்கிறோம். அது போர்ப் புலத்தின் தொடர்ச்சியால், பெயர் புலத்தில் விழுகிற கொலைகளால், கலாசார இடைவெளிகளால் மட்டுமல்ல; நண்பர்களைப் பிரிவதாகவோ,

தொடர்பூடகங்களால் ஏற்படுத்தப்படுகிற தாழ்வுச் சிக்கலாகவோ தனிமைப் படுத்தலாகவோ இருக்கலாம். எதையும் வெளியில் பேச முடியாதபடி நாங்கள் பயிற்றப் பட்டிருக்கிறோம். பேச முனைதல் என்பதே சமூகத்தால் ஏளனமாகப் பார்க்கப்படுகின்ற ஒன்றாகும். வழிவழியான பயிற்றுவிப்புகள், “வெளியில்” இருந்து, எந்த உதவியையும் நாடாதவாறு தனிமைப் படுத்தப்பட்டவர்கள் மீது பயங்கரமானதொரு எதிர்விளைவைக் கொண்டிருக்கின்றன. இதை எந்த ஒரு பாலினத்துள்ளும் (Gender) அடக்குவது எமது நோக்கமல்ல. இன்றைய சமூக - பொருளாதார சிக்கல்களுள் பாதிக்கப்பட்டவர்களாக சகலருமே உள்ளார்கள். ஆயினும், புலம்பெயர்ந்த பிறகும், புதிய நிலத்தில் ஓர் இனம் காவுகிற சகல விழுமியங்களையும் காவ வேண்டியவர்களாய் உடனடியாக எதிர்பார்க்கப்படுவது பெண்களிடமிருந்தே தொடங்குகிறது. பொது ஊடகங்களில் விமர்சிக்கப்படும் (அணியும் ஆடைகளிலிருந்து ஒழுக்கம் வரை) உடம்பை முன்னிறுத்திய அனைத்து செயற்பாடுகளையும் உதாரணமாய்க் கூறலாம்; தெருவில் திரியும் ஆண்களது ஒழுக்கம் குறித்து விமர்சனங்கள் அத்தகைய முக்கியத்துவத்துடன் எழுவதில்லை.

தாயகத்திலிருந்து திருமணங்கள் ஊடாக, இங்கு அழைக்கப் படுகிற, தாம் வாழ்ந்த நம்பிக்கைகளிலிருந்து பிடுங்கி வைக்கப்படுகிற நாற்றுகள் புதிய இடத்தை தகவமைத்துக் கொள்வதற்கான உதவியை இங்குள்ள நிறுவனங்களோ, குறிப்பாக குடும்பத்தில் ஆண் உறவுகள் செய்ய தவறுகின்றனர். தவறாது, வந்ததும் குழந்தையை மட்டும் சுமக்கத் தந்துவிடுகிற துணைகளோடு, புதிய இடத்தில், தனித்து வைக்கப்படுகிற “குடும்பப் பிரச்சினையை எங்கவும் கதைக்கக் கூடாது” எனக் கட்டளைகள் இடப் பட்டிருக்கிற பெண்ணின் நிலை - சமூகத்தின் பொது நீரோட்டத்தின் வரையறைகளுள் அடங்காதவர்களை ஒத்ததே. தன்னுள் ஒடுங்குதல் எனும் “தகர்க்க முடியாது” தனைச் சூழ்ந்த சுவர்களுக்குள்ளே கூட யாரையுமே அணுகவியலாத் தனிமை பிறழ்வுகளுக்குள் இட்டுச் செல்கிறது; “பேச” யாரும் இல்லாத நிலையிலேயே - எண்ணற்ற கோயில்கள், தேவஸ்தானங்கள் உளநலனுக்கான உத்தரவாதத்துடன் பத்திரிகைகளில் விளம்பரமிட்டு அழைக்கிற போதும்; பல பத்திரிகைகள் சமூகத்தின் தூண்களாய் நிமிர்ந்து நிற்கின்ற போதிலும்; 24 மணி நேரமும் தமிழ் வானொலிகள் - “தனிமையில் இருக்கிறவர்களை“ நம்பி நிகழ்ச்சிகளை நடத்திக் கொண்டிருக்கிற போதும்; பெண்நல(?) உதவி நிறுவனங்கள் உம் அதில் தமிழ் சமூக சேவகிகள் சேவகர்கள் சேவை யாற்றிக் கொண்டிருக்கின்ற போதும் - “பல்க்கனி கம்பிகளை மீறி” பல அவலங்கள் நிகழ்கின்றன.

01

ஓர் புலம்பெயர் சமூகமாக, எம்மிடையே இடம்பெறுகிற கொலைகள், தற்கொலைகள், பாலியல் துஷ்பிரயோகங்கள், இளைஞர் குழு மோதல்கள் - இவற்றின் பின்னணியிலேயே இத் தொகுப்பும் எண்ணம் பெற்றது. சுயமற்றவர்களாய் மற்றவர்களது கருத்துக்களைக் காவ எதிர்பார்க்கப்படுகிற பெண்கள் ஊடாக சமகாலத்தைப் பேசத் தோன்றியது. இக் கவிதைகள் எவ்வளவு தூரம் ஓர் காலத்தைப் பிரதிபலித்தன என்பதல்ல, நாம் இவையால் உந்தப் பட்டிருக்கிறோம். அந்த உந்துதலூடாக இப் படைப்புகள் உங்களிடம் வருகின்றன. இதில் இடம்பெறுகிற ஒவ்வொரு பெண்களும், தம் அன்றாடத் தனிமை, காதல், காமம், ஏக்கம், அச்சம், கனவு, அரசியல் இலட்சியம்சார் அவரவர் உலகங்களை தமதான நம்பிக்கைகளுடன் வெளிப்படுத்தியுள்ளார்கள்.

தமது நிலத்தினதும், அந் நிலமிருந்து பெயர்ந்து திரியும் தேசங்களினதும் நிகழ்காலத்தை தமது எல்லைகளுடனும் பாடுகின்றன இவை. கால மாற்றங்கள் வயதைத் தவிர எதையும் அதிகரிக்காத வாழ்விலுங் கூட அத்தகைய தமது இருப்பைப் பகிரலும் அதூடாக ஓர் உரையாடலைத் தொடங்குவதுமே இவற்றினது மைய நோக்கமாகிறது. தாம் ஒலிப்பதை மறுக்கிற சூழலின் மீதும், சுயமரியாதையின்றி அவமதிக்கப்படும் ஆண் - பெண் உறவுச் சிக்கல்களின் மீதும், பேச்சை ஒடுக்கும் குடும்ப நிறுவனங்களின் மீதும் சற்றேனும் இவை தம் விசனங்களைப் பதிவு செய்திருக்கின்றன. இறுக்கமான சமூகக் கட்டமைப்பில் இத்தகைய பகிர்வுகள் மாற்றத்திற்கான சிறு சிறு சலனங்களே எனலாம். அவ்வகையில், பெண்களாகிய அவர்களுக்கும் சமூகத்திற்கும் இடையில், குடும்ப நிறுவனத்திற்கும் அவர்களுக்கும் இடையில், ஆண் உறவுகளுக்கும் அவர்களுக்கும் இடையில், வன்முறைக் குழுக்களுக்கும் அவர்களுக்கும் இடையில், வேரூன்றித் தொடரும் அடக்குமுறையையும் நிலவும் அசமத்துவத்தையும் இவை தொட்டுச் செல்கின்றன.

02

தொகுப்புக்கென அனுப்பப்பட்ட கவிதைகளின் பொதுத்தன்மை உறவுகள் சார்ந்ததாகவே இருந்ததில் இருவிதமான சிக்கல்களை எதிர் கொண்டோம். ஒன்று: பெண்களுடையது என்றால் காதல் மற்றும் “தனிப்பட்ட” உணர்ச்சிகள் சார்ந்தவை என்கிற பொதுவான நிலைப்பாடு குறித்தது. மற்றயது, சமகாலத்தில் நாம் வாழும் உலகத்தில் இடம்பெற்றுக் கொண்டிருக்கிற ‘முக்கிய’ அரசியல்(!) நிகழ்வுகள் சார்ந்த

பதிவுகள் இல்லாமையால் வருகிற போதாமை குறித்தது. இது பெண்களுடைய பாடுபொருள்களது மட்டுப்படுத்தப்பட்ட எல்லைகள் குறித்து ஆண்கள் ஊடாக ஏற்படுத்தப்படும் சிக்கல் உணருதலாயும் இருக்கலாம். [பெண் வாழ்வியலில் தாண்டப்பட முடியாதவையாக ஆண் நலனை முன்நிறுத்தும் குடும்பமும் வாரிசுடமையும் இருக்கின்றன; அவளது உடலில் ஓர் அங்கமான கருப்பை மீதிலான அவளது உரிமையையே நிர்ணயிப்பது அவளாய் இல்லை; அதை நிர்ணயிப்பது ஆண் மத பீடங்களதும் அரசாங்கங்களதும் நலன்களாய், வளர்ந்த(?) - வளராத சகல நாடுகளிலும் இவையே பெண்ணை இறுக்குகையில், பெண்களது அரசியல் என "வேறு" எதை த்தான் அழுத்துதல் முடியும்?]

எனினும், வடஅமெரிக்காவைக் களமாகக் கொண்டிருக்கிற இத் தொகுதியில், அமெரிக்காவில் 2001 செப்ரெம்பர் - உலக வர்த்தக மையம் தாக்கப்பட்டதுக்குப் பின்பான அரசியலில், ஓர் காலகட்டம், மறைமுகமாகவேனும் பேசப்பட்டிருக்க வேண்டும் என்பதும்; ஈழத்தில் மட்டுமல்ல, உலகெங்கிலும் அதன் விளைவுகள் பற்றி இப் பெண்களுடைய எழுத்திலும் பதியப் பட்டிருக்க வேண்டுமென்பதே எமது விருப்பாயிருந்தது. அதுவே தமிழ்க் கவிதைச் சூழலுக்கான வளர்முகமாகவும் தோன்றிற்று. அதனால் "தாயகத்திலிருந்து பிரிக்கமுடியாத" சோகப் பாடல்களை (அதிகம் பாசாங்குடன்) பாடிக் கொண்டிருக்கும் புலம்பெயர் கவிதைகள் இங்கு இடம்பெறவில்லை; மாறாய் இதில் இடம்பெறுகிற, சில நிகழ்வுகள் பதியப்பட்டிருக்கக் கூடிய "உனது இனம்" போன்றன, கவிதைகள் என்பதைவிட கருத்துக்களாகவே இருக்கலாம்; எனினும், அவற்றுக்கான தேவை கருதியே சேர்க்கப் பட்டிருக்கின்றன. இத் தொகுப்பு கவிதைகளை முன்நிறுத்தி அவற்றின் மகா உன்னதப் பாய்ச்சலை அடையாளங் காட்ட எனத் தொகுக்கப்படவில்லையாயினும், நவீன கவிதையின் சமகாலப் போக்குகளின் அடிப்படையில் அத்தகைய வகைமாதிரிகளை கவிதைகள் என ஏற்றுக்கொள்ள வேண்டியதில்லை.

000

80களின் பிற்பகுதியில், ஈழத்தில், போராட்ட குணமும் நேர்மையும் நிறைந்த மனுஷிகள், செயற்பாட்டாளர்கள், சமூக பிரக்ஞையுடைய இளைய தலைமுறையினர் வெளிப்பட்டார்கள். அக் காலத்தின் சிறப்பாய், தம்முள் ஒடுங்காது, தமது சமூகத்துடனான தொடர்பைப் பேணின அவர்களது குரல்கள்.

ஒரு காலத்தின் பதிவுகளான அவர்களின் குரலை இனியும் தலைமுறைகள் தாங்கிச் செல்லும் என்கிற நம்பிக்கையோடு,

அரசியந்திரத்துடன், ஆயுதந் தாங்கிய எமது சகல (ஆயுத) குழுக்களாலும் விடுதலையின் பெயரால் மௌனமாக்கப்பட்டவர்களை தற்கொலை செய்து கொண்டவர்களை மறக்கப்பட்டவர்களை - இயக்க வேறுபாடின்றி, விடுதலையை விரும்பிய, அதற்காய்த் தம்மை அர்ப்பணித்த சகல மனிதர்களையும் - இச் சமயத்தில் நினைவு கூருகிறோம். வெளித் தெரிகிற சில பெயர்களை மட்டுமே பதிவு செய்கிற வரலாற்றில், வெளித் தெரியாத, எழுத்தில் பதியப்படாத ஏராளம் தனிமனிதர்களும், அவர்களின் அர்ப்பணிப்பும் சேவையுணர்ச்சியுமே எம் மக்களை நோக்கியிருந்தன; அவர்களைக் காப்பாற்றின. அத்தகைய மனிதரின் பிரதிபலனற்ற இருத்தல்தான் எமது வரலாற்றுக்குச் சிறப்பூட்டின என்பதை நினைவு கூருவோம்.

இத் தொகுப்பை சகல பெண்களும் - தம் குற்ற உணர்ச்சிகளிலும் சுமைகளிலும் இருந்து இறங்கி - அவர்களுக்கான சிறு பரிசாக ஏற்றுக் கொண்டால்; எழுத மறுத்து விரக்தி பூண்டிருக்கிற பெண்கள் கைகளில் இது புத்துணர்ச்சியை ஏற்றும் எனில் - அதுவே போதுமானது. அங்ஙனமாயினும், அவர்களுடைய "இனிய மாலைக் காட்சியும், இயற்கை ரசிப்பும், எதிர்காலத்தின் வாழ்க்கைப் போக்கைப் பற்றிய கற்பனையும்" அவர்களால் எழுதப் படட்டும்; அதற்கான சாத்தியங்கள் கூடும்வரை இத் தொகுப்பும் ஒரு காலத்தின் பதிவாக இருக்கட்டும்.

000

மார்கழி 2003-5, குளிர்காலம், ஐரோப்பாவிலிருந்து குடியேறிய ஆக்கிரமிப்பாளர்களால் "கனடா" எனப்படுகிற - பூர்வீகர்களின் - திருடப்பட்ட நிலத்திலிருந்து. (மறுதிருத்தங்களுடன்)

உள்ளீடு

☐ எழுதப்படாத கற்பனைகள் (தொகுப்பாளர் குறிப்பு)
  (2003 - 2005)

தேசம் :
யுத்த நிறுத்தம்(?)

ரேவதி
0. நான் தூக்கணாம் குருவி
1. முடிவில்லா யுத்தம்
2. சிதிலமடைந்துள்ள வாழ்க்கை

நிவேதா
1. எவருக்காகவும் காத்திருப்பதில்லை
2. உங்கள் தன்னகங்காரத்திற்கு
3. இனியும் இல்லையென்று ஆகி
4. அரசியலும் மானுட இருப்பும்
5. எங்கெல்லாம் தேடுகிறேன்
6. இரவின் தடங்கள்
7. புகையெனப் படரும் பிணங்களின் வாசம்
8. அகமெங்கும் பொழியும் முன்பனிக்கால மந்தாரங்கள்

பெண் :
வாழ்வியல்

அனார்
0. மலர்களின் பார்வைகள்
1. மீசைப் புடையன்
2. அந்த இருட்டறைகள்
3. ஒரு வண்ணச்சிறகு ஒரு வெள்ளை நதி
4. எனக்குள் வசிக்க முடியாத நான்

ஆழியாள்
1. ஆலயம் தொழுவது

ஜெபா
0. திணிக்கப்பட்ட காலை
1. வெளிகளில் தோற்கும் பிணங்கள்

தமிழினி
1. என் தாயுமானவளுக்கு

சரண்யா
0. மரணத்தைப் போல் உறுத்தும்
1. உன்னோடு
2. அங்கங்கே அலையும் மனிதர்கள்
3. ஒப்பாரி
4. உனது அறைக்குள் என்னை அழைக்காதே
5. எல்லாமே இயல்பாகிவிட்டது

வசந்தி
0. எப்போதும் ஒரே வட்டத்துள்
1. நித்ய கல்யாணி
2. பூட்டுக்களும் சாவிகளும்
3. அவன்கள்
4. உனது காத்திருப்பும் நானும்
5. பாம்பு
6. ரகஸ்யம் I
7. ரகஸ்யம் II

புலம்பெயர்வு :
குடும்பம்:-
(தங்கத் தட்டில் தந்திட்ட சுதந்திரம்?)

மொனிக்கா
1. இயந்திரமயமாக்கல்

துர்க்கா
0. அவரின் மகள் இவரின் மனைவி
1. எதிர்த் திசையில் நின்றபடியே
2. குரூரமான சுவடுகளுக்குள்
3. உலகம் துண்டிக்கப்பட

4. எனக்காகச் சிருஷ்டிக்கப்பட்ட
5. கர்ச்சனைகள் நின்றுபோன இரவு
6. நிலவைத் தொலைத்த

மைதிலி
0. ஒரு கவிதை எழுதப்படுகிறது
1. ஆயிரத்திநூறு யுகங்களுக்கு அப்பாலிருந்து
3. ஐந்து தலைப் பாம்பும் ஆயிரத்தெட்டு விரல்களும்
4. அது
5. மேலும்

கௌசலா
0. வஞ்சகம்
1. ஒழுக்(ங்)கு
2. ஒரு நாள்
3. விரும்பாமை
4. மாறா விதி
5. பச்சையம்
6. கூட்டாட்சி

புலம்பெயர்வு :
மாணவம்

இந்திரா
0. எனக்குள் ஒரு ஜிப்சி
1. நிசப்தமான பொழுதுகளில்
2. மலை உச்சியையோ

தர்சினி
0. உரத்து உச்சரிக்கத்தான் ஆசை
1. விலகலுக்கான நெருக்கத்தில்

தான்யா
0. கர்வமும் இறுமாப்பும் தேய
1. நினைவின் விசச் சரடுகளிலிருந்து
2. திரும்பிய போதெல்லாம்
3. Boredom
4. ஒரு போதும்
5. தற்கொலை பற்றி

ஒலிக்காத இளவேனில் 18

6. எத்தனை குழந்தைகள்
7. அன்று நான் நினைத்ததில்லை
8. முற்பகல் 11:30

பிரதீபா
0. அழகான மலர் போன்ற பெண்ணை
1. உனது இனம்
2. மல்லாவி 1989
3. பலஸ்தீனம் - ஒரு கிழவனின் முகம்
4. Weapon of Mass Destruction

தேசம்:
யுத்த காலம்

யசோதர
1. புதைகுழி
2. அவன் என்னுடையவன்
3. இறுதி வார்த்தைகள்
4. வரலாற்று மறதி

றெஜி
0. என் குருதியின் நிறத்தைத் தேடாதே
1. தெரியா விம்பங்கள்

பிற்சேர்க்கை 01 - ஒலிக்காத இளவேனில் 2007
பங்களிப்பாளர் குறிப்புகள்
பிற்சேர்க்கை 02 - யுத்த காலம் 2009

இங்கே என்னுடைய இயற்கை ரசிப்பும்
இனிமையான ஒரு மாலைக் காட்சியும்,
எதிர்காலத்தின்
வாழ்க்கைப் போக்கைப் பற்றிய கற்பனையும்
எழுதப்படாமற் போய்விட்டன

- கிருஷாந்தி ரட்ணராஜா
மட்டக்களப்பு, கிழக்கிலங்கை (1973 - 1995)

தேசம்
யுத்தநிறுத்தம்(?)

நான் தூக்கணாம் குருவி
தும்புகளின் தொடுதல்களில் தொங்கிக்
கொண்டிருக்கிறது
எனது கூடு.
- ரேவதி

சிதிலமடைந்துள்ள வாழ்க்கை

ஒரு அற்புதமான இசையை ரசிக்க
காத்திருப்பது போல்
காதலும் காமத்துடன் இணைந்த
இனிமையின் வாழ்விற்குமான காத்திருப்பு
நம்பிக்கையும் அர்த்தமும் அற்றுப் போகின்றது

நிச்சயமற்ற வாழ்விற்குப் பழக்கப்பட்டவர்கள்
எதற்காகவும் காத்திருப்பதை விரும்புவதில்லை
இன்றைய நிமிடத்தினை வாழ்வதுடன்
நாளைய நிமிடத்தை எதிர்கொள்ளவும் தயாராகிறார்கள்

குறிகளும் யோனிகளும் இன்று இப்படித்தான்
எதற்காகவும் யாருக்காகவும் காத்திருப்பதில்லை
அவை தமது நிமிடத்தினை
வாழ்ந்து விடவே விரும்புகின்றன
காதலனுக்காக காதலியும்
மனைவிக்காக கணவனும் என்ற
எல்லை தாண்டப்படுகின்றது;
நம்பிக்கைகள் காயப்படுத்தப்படுகின்றன

இன்னொரு தேசத்தின்
எங்கோ ஓர் மூலையில் இருந்து கொண்டு
அவனோ அவளோ தொலைபேசியூடாக பேசிடும்
ஓரிரு வார்த்தைகள் வாழ்வின் இனிமைக்கு போதுமானதல்ல
என்றுணர்கிறார்கள் சிலர்
ஓர் ஆண் தான் வாழ்வதற்காக
மனைவியை அடித்து அடக்குவதையும்

25 ஒலிக்காத இளவேனில்

ஒரு பெண் தனது இனிமைக்காக
கணவனைப் பயித்தியக்காரன்
ஆக்குவதையும் நான் வெறுக்கிறேன்

இன்னும் இருள் சூழ்ந்த வீட்டில் இருந்து
ஓர் உருவம் அசைகின்றது
எதிர்த்திசை நோக்கி

பரிதாபமாய் இருக்கின்றது எல்லாவற்றிலும் எனக்கு

சந்தோசமும் நம்பிக்கையும் நிறைந்த
வாழ்வை இழந்து
நெடுங்காலம் ஆகிவிட்டது
யுத்தமும் அதன் வடுக்களும் மட்டுமல்ல
பொருளாதாரத்திற்கான எமது ஓட்டமும்
எங்கள் வாழ்வை
அதற்கான அர்த்தத்தினை அழித்துவிட்டு
இன்னொரு திசையில் எழுதிச் செல்கின்றது

ஓர் பெண்
தன் கணவன் தன்னை சந்தோசப்படுத்த முடியாதவன்
என்பதால் அவனை நிராகரிக்கிறாள்
அந்த நேர்மை எனக்குப் பிடித்துப் போகிறது
நாங்கள் இப்போது என்ன செய்யப் போகிறோம்
வாழ்தலிற்கான தேவையை அங்கீகரிக்கப் போகிறோமா
இல்லை வெற்றுக் கலாசாரம் பேசி
எங்களைச் சுற்றி எல்லாவற்றையுமே குப்பைகளாக்கப்
போகிறோமா

எல்லாவற்றையும் விட
வாழ்தலிற்கான தேவைகளை ஏற்றுக் கொண்டு
வழிகளை உருவாக்கிக் கொடுக்கப் போகிறோமா
புரியவில்லை

2003

முடிவில்லா யுத்தம்

இன்று காலையும் துயருற்ற விழிகளுடன்
அவள் வந்திருந்தாள்
சமாதானம் பற்றிய முக்கிய செய்திகள் அடங்கிய
பத்திரிகை என் கையில் இருந்தது
மடித்து கைகளுக்குள் சுருட்டிக் கொண்டேன்
அதில் அவளுக்கான செய்தி எதுவும் இல்லை

அவள் வருகை எனது எண்ணத்தில்,
அது பிரதிபலிக்கும் முகத்தில்
ஏற்படுத்தும் மாற்றங்களை
மறைக்க முயன்றேன்
அவளுடையதும் எனதும் வெற்றுப் புன்னகையினதும்
பார்வையினதும் பரிமாற்றம் நிகழ்கின்றது

அவசரகதியில் வந்தவள்
எனது வாசலில் தடுக்கி விழப் போனாள்
பிடித்துக் கொண்டு போய் கதிரையில் இருத்தினேன்
துயரம்
எண்ணிலடங்கா வேதனைகளைச் சுமந்த முகம்
பரிதாபமாய் எனை நோக்கி உயர்ந்த விழிகள்
இப்போது நான் எதையாவது சொல்லியாக வேண்டும்
செய்திப் பத்திரிகையை விரல்களால்த் தடவியபடி
ஏதாவது செய்தி கிடைத்ததா - என்றேன்

அதற்காகவே காத்திருந்ததைப் போல்
விழிகளை உடைத்தபடி கண்ணீர்
அவளின் மடியில் உருண்டோடி விழுந்தது
- இது எதிர்பார்க்கப்பட்டது தானே

27 ஒலிக்காத இளவேனில்

"இண்டைக்கு மதி வருமெண்டு
சாத்திரி சொன்னவன்"
அவள் வார்த்தையில் எத்தனை நம்பிக்கை
உயிர்ப்பு
காத்திருப்பிற்கான விடையிறுப்பு
எனது நம்பிக்கையின்மையை அறைந்து சாத்தினேன்
முகத்தில் உயிர்ப்பை வரவழைத்து
இன்றாவது வந்தால் சந்தோசம் என்றேன்

பரபரப்பாக எழுந்து வீடு நோக்கி விரைந்தாள்
என்னிடம் எதுவும் சொல்லவில்லை
நான் என் மனதுள் அடக்கிய வெப்பம் மிகுந்த காற்றை
வெளியில் வீசி எறிந்தேன்

விழுந்து கிடந்த பத்திரிகையை
தூக்கி ஒரு மூலையில் போட்டேன்
வீட்டின் முன் வீதியால்
சீறிக் கொண்டு பாய்ந்தது
ஒரு இராணுவ வண்டி

இப்போது
நடுநிசியான நேரம்
படலை திறக்கும் சத்தம் கேட்கின்றது
நிச்சயமாக யாரும் வந்திருக்கப் போவதில்லை
ஆயினும், துயருறும் பெண்ணின் இதயத்தில் இருந்து
எழும் நம்பிக்கையையும் அதற்கான ஏக்கத்தினையும்
தூர விலக்கி என்னால் நடக்க முடியவில்லைத் தான்

இன்னும் இத் தேசத்தில் எத்தனை இதயங்கள்
இந்த இருட்டை ஊடுருவி
விழிகளை எறிந்து காத்திருக்கும்
முடிவில்லா நாட்களைக் கடந்து
உறவுகளுக்காக

2003

சிலரது மனங்களைப் போலவே,
வர்ணங்களற்று வெளிறிப் போயிருக்கும் அந்திவானத்தில்...
மின்மினிகளாய்க் கண்சிமிட்டும் நட்சத்திரங்களாலும்,
உச்சஸ்தாயிக்கு ஏறி, விழுந்து வழிகின்ற
கிரிஜாதேவியின் குரலாலும்
நிறைந்திருக்கும் மனம்
ஏங்குகிறது...
நோயில் வீழ்ந்துபோன
என் தேசத்தின் மீட்சிக்காய்...

- நிவேதா

1

எவருக்காகவும் காத்திருப்பதில்லை - காலம்
விரைந்து கொண்டேயிருக்கிறது
தடைகளற்ற பாலைவெளியில்
சுழன்று வீசும் காற்றினைப் போல

அறியாப் பருவமதில்
அந்தரங்கங்கள் அத்துமீறப்பட்டு,
கதறித் துடித்தபடி
கண்விழித்திருந்த இரவுகளினதும்
இவர்களது அருவருப்பூட்டும் தீண்டல்கள்
கலைத்துப்போன கனவுகளினதும்
நீட்சியில்
கற்பனையின் எல்லைகளை மீறுவதாயிருக்கிறது...
இவர்களுள் ஒருவனோடு காதலில் வீழ்வது!

தெருவின் இருபுறங்களிலும் பரந்திருக்கும்
தைமாதத்து வயல்வெளிகளில்
இடைக்கிடை தலைகாட்டும் பம்பயாக்களாய்
வாழப் பழகிவிட்டிருந்த சுயம்
குரல்வளையின் ஆழங்களில் சிக்குண்டிருந்து
மூச்சுத் திணறச் செய்கிறது
மறுபடியுமொருமுறை.

2003
(பம்பயா - வெருளி பொம்மை)

2

உங்கள் தன்னகங்காரத்திற்கு
அடிவிழுமோவெனப் பயந்து...
இல்லாத விம்பங்களை சோடித்து...
ஆன்மா கதறக் கதற
என் கனவுகளைக் குழிதோண்டிப் புதைத்தீர்கள்.
உங்கள் பாழாய்ப்போன பயங்களுக்கு
என்னைப் பலியாக்கினீர்கள்.

உருவமற்ற மனிதர்களால்
ஈவிரக்கமின்றி பிடுங்கியெறியப்பட்ட உணர்வுகள்..
இரத்தமும், சீழும் வடிந்துகொண்டிருக்க
புன்னகைக்கவும் தெரிந்த என் உணர்வுகள்..
வாழ்தலின் விளிம்புகளில் நழுவியபடி
இன்னமும் நினைவூட்டிக் கொண்டுதானிருக்கின்றன.

எனக்குமென்று ஒருநாள் வரும்.
பௌர்ணமி நிலவொளியில்...
தென்னை மரங்களின் சலசலப்பினூடு
முற்றாத எலுமிச்சைகளின்
இனிய மணத்தினை நுகர்ந்தபடி...
திறந்த ஓலைக் கொட்டிலுக்குள்...
சாக்குக் கட்டிலின்மீது
நீட்டி நிமிர்ந்து உறங்குவேன் நான்
நீங்கள் மட்டுமல்ல...
வேறெவருமே
என்னை ஏனென்று கேட்க முடியாதபடி

06.06.2004

3

இனியும் இல்லையென்றே ஆகிப் போன
வேனிற் காலத்தின்
பின்மாலைப் பொழுதொன்றில்
உனக்காய்ச் சேகரித்த மலர்களின்
வர்ணச் சிதறல்களிலும்,
பனித்திவலைகளிலும்
தெறித்திருக்கிறது உன் மீதான நேசம்...

காக்கிச் சட்டைகளையும்,
காவலரண்களையும் கடக்கும் போதெல்லாம்
பேர்சினுள் கனக்கும் அடையாள அட்டையைப்போல்
தவிர்க்க முடிவதில்லை உனது நினைவுகளை...

சிலரது மனங்களைப் போலவே,
வர்ணங்களற்று வெளிறிப் போயிருக்கும் அந்திவானத்தில்...
மின்மினிகளாய்க் கண்சிமிட்டும் நட்சத்திரங்களாலும்,
உச்சஸ்தாயிக்கு ஏறி, விழுந்து வழிகின்ற
கிரிஜாதேவியின் குரலாலும்
நிறைந்திருக்கும் மனம்
ஏங்குகிறது...
நோயில் வீழ்ந்துபோன
என் தேசத்தின் மீட்சிக்காய்...
பார்த்துப் பார்த்து...
கலையுணர்வுடன்
அழிக்கப்பட்டுக் கொண்டிருக்கும்
என் அடையாளங்கள்
அலைகளின் ஓலங்களுடன்
தொலைதூரத் தேசங்களுக்கும்
பயணிக்கக் கூடும்...
நீயும் மறுகக் கூடும்...

அடையாள அட்டையையும்,
தேசிய மறுப்பையும் எதிர்பார்க்கும்
ஆளும் வர்க்கத்தினரின்
அடிமைக்கு நினைவிருக்குமா...
எனைப் போலவே ஒரு பெண்
கிரிவெஹரப் பாதையினோரத்தில்
அலரிப் பூக்கள் நிறைந்த கனவுகளுடன்
அவனுக்காய்க் காத்திருப்பது?

31.12.2005

கிரிவெஹர பாதை - பல பின்தங்கிய சிங்களக் கிராமங்களை ஊடறுத்துக் கொண்டு கதிர்காமத்துக்குச் செல்லும் பாதை. இந்தப் பாதை நெடுகவும் அழகிய சிங்கள இளம் பெண்கள் நீலோற்பவ மலர்கள் மற்றும் ஊதுவர்த்திகளை விற்றுக் கொண்டிருப்பதைக் காணலாம். இளம் ஜோடிகள் சந்தித்துக் கொள்ளும் தென் னிலங்கைக் காதல் பாடல்களில் தவறாமல் இடம் பெறும் ரம்மியமான ஒரு இடம்.

அலரி மலர் - சௌபாக்கியம், சம்பத்திற்கான குறியீடு. புத்தரை வழிபடுவதற்கு உகந்தது.

4

அரசியலும் மானுட இருப்பும்
உடலையும் உயிரையும்போல்
பின்னிப் பிணைந்ததில்...
கைதுகளும், காணாமல் போதல்களும்,
உயிரிழப்புகளும்
அன்றாட அவலங்களாகிப்போன
அந்தக் கனத்த நாட்களின் மௌனம்
திரும்பிக் கொண்டிருக்கிறது.

சிறைக் கம்பிகளுக்குப் பின்னால்
ஆசையாய்க் கொஞ்சிய
அப்பாவைப் பார்க்க நேர்ந்த
அதிர்ந்துபோன கணங்களின் கனம்
மிரட்டிச் செல்கிறது, மறுபடியும்.

பிறந்தநாள் களிப்பில் திளைத்திருந்தபோது,
காரணமேயில்லாமல் கைதாகிப்போன
நண்பனின் முகமும்,
பொலிஸ் நிலைய வாசலில் தவமிருக்கும்
அன்னையர்களின் அழுகையும்
நினைவிலறைந்து போயின...

அதிகாரவர்க்கத்தினரின்
அட்டூழியங்களுக்கு அடிபணிகையில்,
மெச்சாமலிருக்க முடிவதில்லை
சீருடைக்காரரின்மீது காறி உமிழ்ந்து
மரணத்தைத் தழுவிய
எதிர்வீட்டுப் பெண்ணின் தன்மானத்தை...

ஒலிக்காத இளவேனில் 34

அந்நிய தேசமொன்றில்
அடையாளங்களைத் தொலைத்து
வாழ முன்வந்த பின்
ஒற்றை அட்டை தீர்மானிக்கும்
சுதந்திரமும்,
அனுமதிகளும்
குருட்டுப் பிச்சைக்காரனுக்கு மறுக்கப்பட்ட
வர்ணக் கனவுகள்தான்.

இன்னமும்,
பாத்தியா சந்தோஷினதும்,
இராஜினதும் இசையினூடு
இனப் புரிந்துணர்வையும்
இனத்துவத்தை மீறிய காதலையும்
அடையாளங் காண முடிகிறது இவர்களால்,
சிறைக்கம்பிகளை வெறித்திருக்கும் இளைஞனின்
இறுகிப்போன உள்ளத்தில் உயிர்த்திருக்கும்
அந்தப் பெண்ணின் கனவுகளை மறந்துவிட்டு...

31.12.2005

பாத்தியா, சந்தோஷ் & இராஜ் - இலங்கையில் தற்போது மிகவும் பிரபல்யமான இளம் இசைக்கலைஞர்கள். தமிழ், சிங்களம் இரண்டு மொழிகளையும் இணைத்து பாடல்களை இயற்றும் trend இவர்களால் அறிமுகப்படுத்தப்பட்டதுதான். தென்னிலங்கை இசையினை அதன் இன்னுமொரு பரிமாணத்தை இட்டுச் சென்றவர்கள் (இதில் இராஜின் J town story என்ற யாழ்ப்பாணத்து இளைஞனொருவனைப் பற்றிய பாடலும், பாத்தியா, சந்தோஷின் இரு வேறு இனங்களைச் சேர்ந்தவர்களுக்கிடையில் அரும்பும் காதலைப் பற்றிய இரு மொழிகளும் கலந்த பாடலும் மிகவும் பிரபல்யமானவை).

5

எங்கெல்லாம் தேடுகிறேன்
உனக்கான ஒரு பாடலை
கடல்களின் மடியில்...
காற்றின் சுழிப்பில்
கண்ணீரின் ஈரத்தில்
கவியும் மேகங்களில்

வானத்து விளிம்புகளினூடு
ஓயாமல் கசிந்து கொண்டிருக்கும்
குவேனி காலத்துத் துர்தேவதைகளின்
ஆவேசக் குரல்களுள் முக்குளித்தபடி
தொடர்ந்தும் பாடிக் கொண்டேயிருக்கிறாய்
எவனோ எழுதிப் போன
ஏதோவோர் பாடலை

அப்பாவின் உயிரைப் பறி
அக்காவையும், ஆருயிர்த் தோழிகளையும் சிதைத்து
பாழுங் கிணறுகளுக்குள் வீசியெறி.
ஏன் என்னையும்,
அணுவணுவாய்ப் பிடுங்கிப் போட்டு
குரூர இன்பங் கொள்.

இருந்தும்
வீறாப்பாய் நெஞ்சு நிமிர்த்தி - உன்
விழிகளினூடு ஊடுருவி
இன்னமும்
உன்னை நேசிப்பதாய்க் கூச்சலிடுவேன்
மாரிகாலத்து மகாவலியின்
ஓலங்களுக்கும் மேலால்

தலைகளைத் தொலைத்தும்...
விறைத்தே நிற்கின்ற
பனங்கூடல்கள் நிறைந்த ஊர்களைக்
கொளுத்திப் போயினும்
சிவப்புச் சொண்டுக் காகங்களைப் பற்றிய கனவுகளை
காவி உடைகளின் துணைகொண்டு
கசக்கியே விடினும்...
தீண்டுவாரற்ற காட்டுப்பூவாய்
முகிழ்த்தெழுந்த குழந்தைமையை
ஆயுதமுனையில் களவாடிப் போயினும்

காலிமுகத்திடலில்
கைநழுவிப் பறந்துபோன பட்டத்தினை
பத்திரமாய் மீட்டுத் தந்த
பால்ய நண்பனும்
உன் இனத்தவனாயிருக்க
எப்படித்தான் வெறுப்பேன் உன்னை...?

03.02.2006

குவேனி - இலங்கை பூர்வீகக்குடியொன்றின் அரசி, விஜயன் அவளைத் திருமணமுடித்து நாட்டைக் கைப்பற்றுகிறான். பின்னர் அவளைக் கைவிட்டு நாயக்க வம்ச அரசியொருத்தியை மறுபடி திருமணம் செய்கிறான். குழந்தைகளைக் காப்பாற்றிக் கொள்ள தனது குடியினரிடம் திரும்பிச் செல்பவள் காட்டிக்கொடுத்த துரோகியெனக் கருதப்பட்டு அவர்களால் கொல்லப்படுகிறாள்.

6
இரவின் தடங்கள்

அந்தக் கணத்தின் நிசப்தம்
எதையும் உணர்த்திப் போனதாக
நினைவில்லை
இருட்டும் நானும் மட்டுமேயான தெருக்களில்
மழைச்சரங்களும் சில்லூறுகளும்
என் காலடித்தடங்களுடன்
வழித்துணையாக கூடவே
சலனங்களில்லாப் பொழுதுகளின்
பிரளயங்களைத் தூண்டியபடி

மௌனங்கள் இன்னமும்
மொழிபெயர்க்கப்படா
சாலைகளின் வளைவுகளுள்
ஏதோவொன்றிலிருந்து தோன்றிப் பின்
தொடர்கிறது
கனவுகளைக் கலைத்துப்போகும்
முகமூடி மனிதனைப்போல
இன்னுமொரு காலடியோசை

பாதங்கள் விரிந்து
முதுகுப் பரப்பெங்கும்
நிழலாய்ப் படர்வதை உணர்ந்து
திடுக்கிட்ட மனம் சில்லிட்டுப் போக
பிரபஞ்சத்தை நிறைத்தபடி
கண்ணெதிரே விரிகிறது
முன்னமொரு நாளில்
அணுவணுவாய் உணர்வுகளை
சிதைத்துப் போனவனின் முகம்

மற்றுமொரு மழைக்காலத்தில்
பீதியூட்டும் காலடியோசை
பின்தொடராத் தவிப்பில்
பதறுகின்ற மனத்தோடு
மறுபடியும் நான்

தெருக்கள் மட்டும்
நீண்டு கொண்டே போகும்
என்றென்றைக்குமாய்

15.10.2006

39 ஒலிக்காத இளவேனில்

புகையெனப் படரும் பிணங்களின் வாசம்

எந்தச் சந்தர்ப்பத்திலும் நீ அதை எதிர்கொள்ள நேரலாம்
காலப் புதைகுழியின் செவ்விய மண் மூடுண்ட
சிதைந்த சில உடலங்களைப் பற்றிய கதையொன்று
ஊர் நெடுக உலாவித் திரிந்தது தன் தலை சிலுப்பி
இழுத்து விரித்து என் படுக்கையில்
போர்த்தப் பட்டிருந்த ஒரு சவம்
தொண்டைக்குள் நுழைந்து கொண்டு
வார்த்தைகளை வடிகட்டியது
உடல் தின்று செரித்த கவிதை
வடக்கில் பொய்த்த மழை பேய்த் தூறல் தூவ
நீளும் விரல்களைத் தட்டிவிட்டபடி
கடந்து கொண்டேயிருக்கிறாய்,
எழுதப்படாத வார்த்தைகளுள்
உறைந்து கிடக்கும் என் பிணங்களை

விரகம் புலியென வெறிகொண்டெழும் இரவுகளில்
இறுக்கிய தொடைகளின் இடுக்கில்
குரல்வளை நெரித்துக் கொன்ற தாபம்
பற்றைகளின் ஆழங்களில் புதையுண்டு கிடக்கிறது
ஒரு நெடுங்கால மர்மத்தைப் போல
யோனியெனுமொரு பாம்பு நீட்டிய நாக்குடன்
கால்களினூடு கசிய
என் கனவுகளெங்கும் பிணவாசம்
புகையெனப் படர்ந்தது
இனி, அகாலம் விடியும் வேளையில்
என் படுக்கையின் மீது
நிணக்கூழ் வடியும் கண்களுடன்
பிணமொன்று தவழும்
மழலையென

23.10.2007

அகமெங்கும் பொழியும் முன்பனிக்கால மந்தாரங்கள்

1

உதடுகள் இறுகத் தாளிடப்பட்டு
ஊடறுக்க முடியா மௌனங்களுடன்
வாழ்தலின் கனம்
உயிர்தின்னத் தொடங்கியவோர் பொழுதில்
கழற்றியெறிந்த கச்சையின்
வியர்வை தோய்ந்த பெண்மையின் வாசனையை
ஆழ உள்ளிழுத்து
குலுங்கிக் குலுங்கியழுதபடி,
ஏதுமற்ற வெளியில் குருதி துளிர்க்க
காற்றைக் கிழித்து சுழன்று கீழிறங்கும்
மனச்சாட்டையின் முறுக்கிய மொழியில்
என் முலைகளுக்கு நான்
பேசக் கற்றுக்கொடுத்தேன்

சுவாலைவிட்டு நிலவு எரிந்து
கருகும் பிணவாடை கவிந்திருந்த இரவதனில்
ஊர் கேட்ட முதற் குரல்:
"நான் மகத்தானவள்..."
என்பதாயிருந்தது
நட்சத்திரங்களும் எதிரொலித்து
அண்டசராசரமெங்கும் நிறைந்து வழிய
காம்புகளில் துளிர்த்த
முதல் துளியின் வாசனை
பறைசாற்றிப் போகும்
நான் மகத்தானவள்...
மகத்தானவள்...

மொழியின் லாவகம் கைவந்த மறுகணம்
காலங்கள் பற்றியதான
இல்லாமலேயே போய்விட்ட பிரக்ஞைகளோடு
வெறித்த கண்கள்
தெருவோரமெங்கும் நிலைகுத்தி நிற்க,
நொடிக்கொரு திசையில்
திரைகளை விலத்தியபடி
விட்டேத்தியாய் சிறகடித்துப் பறக்கும்
என்னொரு முலை...
சமூகத்தின் அடிவயிற்றைக் கீறிப்பிளந்த
தடயங்களைச் சேகரித்தபடி
நானுமொரு பெண்ணென்ற கெக்கலிப்புடன்
பின்தொடரும் மற்றொன்று...

இனியெதற்கு என் தயவு
முலைகளே பேசட்டும்...
கழுத்தை நெரிக்கும்
"ஆம்பிளை"த்தனங்களைப் பற்றி...
கால்களைப் பிணைக்கும்
யுத்தச் சங்கிலியைப் பற்றி...
இன்னமும்,
அந்தரத்தில் அலைவுண்டிருக்கும்
என் எப்போதைக்குமான
கனவுகளைப் பற்றி...

2

அனைத்தையும் களைந்தெறிந்து
கனவுகளோடு மட்டுமேயென
வாழ முற்படுவது
தேவலை போலவும்...
அவள் தந்த உடலுக்காகவும்,
நோயில் வீழ்ந்த தேசமொன்றில்
நிர்ப்பந்திக்கப்பட்ட வாழ்தலுக்காகவும்
கண்காணா பரப்பிரம்மத்தை
சபித்துச் சபித்து
தேறுதலடைவது போலவும்...
கட்டற்று பிரவகிக்கும் வார்த்தைகளை
அதன் போக்கிற்குப் பெருக்கெடுத்தோட
அனுமதிக்க மறுத்தவோர்
தனித்த இரவதனில்
எப்படியும் நெஞ்சு வெடித்து
என்றென்றைக்குமாக இறந்து போவேன்
யாரும் எதிர்பாரா பிரளயமொன்றிற்கு வித்திட்டபடி.

03.12.2006

பெண் :
வாழ்வியல்

மலர்களின் பார்வைகள்
அந்தியில் ஒடுங்கி விடுகின்றன
அவைகளின் கனவுகள் மாத்திரம்
காற்றில் அலைகின்றன
என் கவிதைகளைப் போல

- அனார்

மீசைப் புடையன்

யாரும் கேள்வி கேட்க
விரும்பவில்லை
வழக்குகளிற்றும்
அவர்கள் தயாரில்லை

எல்லாவற்றிற்கும் இசைவாக
எல்லாமே சாதாரணமாக
நின்றிருந்தார்கள்

கண்ணாடிக் கதவுகளின் உள்ளே
விகாரம் நெளியும்
மீசைப் புடையனது பல்லிளிப்பு
அதன் வாடையை
அதன் அருவருப்புப் புண்களை
நக்கிச் சுவைத்தபடி
அவர்கள் குழுமியிருந்தார்கள்

எனது முறைக்கு
மீசைப் புடையனது கழிவைக் குடிக்கப்
பணிக்கப்பட்டேன்
என் முகம்
குனிய மறுத்த போது
எல்லோரும் கேலியுடன் கூவினார்கள்
"நாட்டுப் புறம்"

ஒலிக்காத இளவேனில் 46

கபடம் வழியும்
வருடலையும் வற்புறுத்தலையும் மீறி
விடாப்பிடியாய்
வெளியேறினேன்

எவரும் கேள்விகேட்க விரும்பவில்லை
வழக்குகளிற்கும்
அவர்கள் தயாரில்லை

வெளியே
அலங்காரத்தையும்
ஆடைகளையும் சரிப்படுத்திக் கொண்டு
அவரவர் திசைகளில்
திரும்பிச் செல்கிறார்கள்

நடந்த தேர்வுகளில்
நான் மட்டும் தேறவில்லை

2003.

அந்த இருட்டறைகள்

அந்த இருட்டறைகளைத்
திறக்காதே

முடிச்சுக்களால்
தழும்புகளால்
புதிர்களாய் முளைத்தன அவ்வறைகள்

ரகசியம் ரகசியமாய்
ஆழ்மனக் கிடங்கின்
மிக்க மறைவான ஓர் வெளியில்

உண்மையினதும்
நிர்வாணத்தினதும் வெளிச்சம்
உறைந்திருக்கும்
அந்த இருட்டறைகளைத் திறக்காதே

சாளரமில்லா அவ்வறைகளில்
எப்போதும் கேட்டபடியே இருக்கும்
இடையறாத ஓர் முனகல்
விறாண்டியபடி எவருடையதோ
மடங்காத சுட்டுவிரல்
இன்பமாய் சில பொழுதின்
வாசனை
செத்தும் சாகாமல் ஆர்ப்பரிக்கும்
சில பிணக் குழிகள்

ஒலிக்காத இளவேனில் 48

அவை நெஞ்சில் நிழலாடும்
முடிவற்ற காட்சிகள்

அந்த மர்ம அறைகளை நோக்கி
மற்றுமொருவர் பயணிப்பது
திறந்து பார்ப்பது
ஆபத்தான விளையாட்டு

ஆளுக்காள்
கதவுகளைத் திறக்கும்
முயற்சியை கைவிட்டு விடுவோம்

நீயும் நானும்
திறப்புகளை வீசிவிட்டு
வெளியே வருவோம்
கொஞ்சம் வாழ்வதற்கு

பூட்டியே கிடக்கட்டும்
அந்த இருட்டறைகள்

2003

ஒரு வண்ணச்சிறகு ஒரு வெள்ளை நதி

இன்னும்
இவனுக்குத் தெரியாதவற்றை
நீ
சொல்லித் தருகையிலும்

அவளுக்குப் புரியாதவற்றை
நான்
தெரிந்து கொள்கையிலும்

எல்லோரும்
நம்மை
தாறுமாறாய்த் திட்டுகிறார்கள்
குற்றம் சுமத்துகிறார்கள்

சந்தோசம்
கட்டிலில் மட்டும் என்பது தான்
அவ(ள)னது எண்ணம்
நோக்கமும் கூட
அவர்கள் பயமும்
அது பற்றித்தான்

ஏதோ ஒரு
காய்கறிக் கடையில்
எங்கேனும் ஒரு
வீதி மருங்கில்

ஒலிக்காத இளவேனில் 50

எப்போதாவது தொலைபேசியில்
முடிவற்ற
துர்வாடையாய்
நம் தலைக்கு மேல்
நிரம்பி வழியும்
நரகங்கள்
பற்றிப் பேசலாம்

அல்லது
கடைசி முறையாக
அங்கு ஒரு வண்ணச்சிறகு
உதிர்ந்து போனது பற்றி
இங்கு ஒரு வெள்ளை நதி
வறண்டு போனது பற்றி

2003

எனக்குள் வசிக்க முடியாத நான்

எந்த சிதையில் எரிகின்றது
என் உடல்?

எந்த மழைக்குள் கரைந்தது
என் கவிதை?

யாருடைய அறையில் தொங்குகிறது
என் ஓவியம்?

யாருடைய வர்ணங்களில் இருக்கின்றன
எனது நிறங்கள்?

எவருடைய கனவுகள் சுமக்கின்றன
என் கண்களை?

கேட்காத செவிகளைத் தட்டித் தட்டி
என் இருதயம் - ஏன்
பாடிக் கொண்டே இருக்கிறது?

கருவறையின் இருட் சுடரில்
மற்றுமோர் "அவள்"
ஜனிக்கத் தொடங்குகிறாள்.

- ஆழியாள்

ஆலயம் தொழுவது சாலவும் நன்று

இதோ
எழுந்து
நிமிர்ந்து
உயரமாக
விண்ணிற்கும் மண்ணிற்குமாய்
விசுவரூப மெடுத்தபடி நிற்கிறது
அப் பெருங்கோயில்.
காற்றில் அசையும்
அக் கோபுரக் கலசம்
அவளின் தலை.
வெகு சீராய்ச் செதுக்கப்பட்ட
சிற்பங்கள்
அவளின் முண்டமாம்.
கைகளது நீளமே
அப் பெருங்கோயிற் சுற்றுப் பிரகாரம்.
உறுதியாய்த் திரண்டு
நிலத்தில் ஊன்றிப் படிந்த
கால்களோ கற்தூண் வாயில்கள்.
பூஞ்செடிகள், நிழல் மரங்கள்
மணிப்புறா, அணிற்பிள்ளைகளைத்
தாண்டிப் பின் நந்தியும் தாண்ட
பிரமாண்டமாய் மேல் உயர்கிறது பஞ்சாரத்தி!
ஒருங்கே கூம்பிய
அனைத்து கைகளும்
உள்ளங்கள் கனிந்து கண்ணீராய் மல்கிக்

ஒலிக்காத இளவேனில் 54

கடைவாய் வழியப்
பிதற்றுகின்றன அரோகரா என்று.
அவை அறிந்தோ அறியாமலோ
கருவறையின் இருட் சுடரில்
மற்றுமோர் "அவள்"
ஜனிக்கத் தொடங்குகிறாள்.
கோயிற் திருக்காளை
அசை போட்டு அமர்ந்தபடிக்கு
மொய்க்கும் ஈக்களைக்
கழுத்துமணி அசைய விரட்டுகிறது
வாலைச் சுழற்றிச் சுழற்றி.

06.05.2006

திணிக்கப்பட்ட காலை.
திணிக்கப்பட்ட எழுத்து.
திணிக்கப்பட்ட ரசனை.
திணிக்கப்பட்ட குறி.

- ஜெபா

வெளிகளில் தோற்கும் பிணங்கள்

பிணங்கள்
பெண் பிணங்கள்.
சோகங்கள் அப்பிய முகங்களுடன்
திடல்கள்,
திண்ணைகள்,
வீட்டின் மூலைகள்,
வெளிகள்,
எங்கும் பெண் இரத்த வாடைகள்.
மரணவெளியில் மறைக்கப்பட்டு
வாழ்விக்கப்படும் பெண்கள் நாங்கள்.
ஆண்களுக்காகவே பிறப்பெடுத்ததுபோல்
காமக் கண்களுக்கு விருந்தாகி
கவர்ச்சிகள் காட்ட நிர்ப்பந்திக்கப்படும்
பெண் பிணங்கள்தானே நாங்கள்.
எங்களிடம் இருப்பவற்றை வாரி எடுத்து
மொத்த நிர்வாணமாக்கி
இஸ்டத்துக்கு புணரப்பட்டபின்
மாசுபட்டவள் என்ற பிரேரணையுடன்
தூக்கி வீசப்படும் பிணங்கள்.
ஒரு தடவையே தோற்றோம் என எண்ணி
ஒவ்வொரு தடவையும் தோற்றே போனோம்.
ஆனாலும் வாழ்கிறோம் -
வாழும் வெளியில் பெண்களாக....

2003.

ஒற்றைக் குயிலின் அழுகையின் நீட்சியில்
எழுகிறது என் சோகம்
பொழியும் மழையின் ஒவ்வொரு துளியிலும்
வழிகிறது என் கண்ணீர்

- தமிழினி

என் தாயுமானவளுக்கு....

நெற்றிப் பொட்டில் முகிழ்த்தெழுந்து
வேர்கொண்டகன்று
நீண்டு
வளர்ந்து
கிளைவிரித்து உயர்ந்துயன்று
தலை முழுதும் சுழன்று பரவும்
வலி...
நீயில்லா வலி.

சிந்தனைகளின் அழுத்தலில் - கேள்விகளின்
குடைதலில்
தலைக்குள் குருதி,
தறிகெட்டு தடை தகர்த்து குமுறிப் பாய
நரம்புகள் பின்னிப் பிணைந்து
இறுகித் தெறித்து
வெடித்துச் சிதறக் கூடும்.

நானும் சிதையக் கூடும்.

சீக்கிரம் வந்துவிடு.

....

அடிக்கடி
நீ அருகிலிருப்பதாய் தோன்றுவதெல்லாம்
பொய்பொய்யென
பிரமைதானென
உணர்ந்துணர்ந்து உள்குறுகும்போது
கண்முன்னே மயிர்பிடுங்கும் வேதனையில்
மனசு மருகுகின்றது.

ஒலிக்காத இளவேனில்

சீக்கிரம் வந்துவிடு.
....

நெஞ்சம் நெகிழ்ந்து நெகிழ்ந்து
நெக்குருகி - உடல்நடுங்கி
நீயில்லா ஏக்கம் நிரம்பி
வழிய
நிற்கிறேன்.

சீக்கிரம் வந்துவிடு.
....

ஒற்றைக் குயிலின் அழுகையின் நீட்சியில்
எழுகிறது என் சோகம்
பொழியும் மழையின் ஒவ்வொரு துளியிலும்
வழிகிறது என் கண்ணீர்

தனிமை தனிமை தனிமை
தனிமை தலைவிரித்தாடுகிறது

சீக்கிரம் வந்துவிடு
....

விரக்தி மிகுந்த வெறுமையும்
வெறுமை நிறைந்த விரக்தியும்
விரவி நிற்கும் -
கையறு நிலையில்
மெய்யது தவிக்க
எற்றுண்டு கிடக்கிறேன்,
கணங்களின் கரையோரம்....

சீக்கிரம் வந்துவிடு.
....

தாங்கவொண்ணாத் துயரமாயிருக்கிறது
உன் பிரிவு...

சீக்கிரம் வந்துவிடு.
....

மரணத்தைப் போல் உறுத்தும் பிரிவு
காதலின் கலவியில்
இசைய முடியா(த) மனம்
காற்றில் பறக்கும் கொடியாய்
அங்கும் இங்கும்

- சரண்யா

1

உன்னோடு; அருகில் நான்
உனக்கான முகமன்கள் வரவேற்புகளுடன்
பெருங் கூட்டம்.
உனக்கோ, உன்னிடம் வந்தவர்களுக்கோ
(பெரிய உருவமாய் இருந்தும்) என்னைத் தெரியவில்லை.
சுழன்றோடி வரும் சிரிப்புகளும் உபசரிப்புகளும்
தடைப்பட்டு நின்று விட்டன உன்னோடு.
அருகில்: கணவனை விட்டு
வேற்று ஆணுடன் உறவு வைத்திருக்கும்
மனைவியாய் மட்டும் நான்.
தொடரும் உறவுகளில் திளைத்திருக்கும்
உன்னை அங்கீகரிக்கவும்
துணிவும் தன்னம்பிக்கையுமுள்ள
என்னை நிராகரிக்கவும்
இந்த அநியாய சமூகத்திற்கு
அங்கீகாரம் கொடுத்தது யார்?
அடிபட்ட மனசுடனும்
கேலிச் சிரிப்புடனும்
மீண்டும் உறவில் உன்னோடு.

பெப்ரவரி 2006

2
அங்கங்கே அலையும் மனிதர்கள்
தேடல்களுக்கான தவிப்புடன்,
விறைத்துப் போக வைக்கும் குளிரில்
சுருங்கிப் போன முலையும்
மரத்துப் போன கை காலும்
(இருப்பதைவிட)
சிவந்துபோன காதும் மூக்கும்,
அமர்ந்துபோன குறியுடன்
எதை வேண்டி நிற்கிறேன்?

ஏதேதோ செய்திகளுடன் வரவிருக்கும்
கணங்களும் நாட்களும்
என்ன தரக் காத்திருக்கிறேன்

உதிரப் போகும் தோலும் வயசும்
திரும்பி வரா நாட்களும் இளமையும்
இன்னும் எதைத் தரும் என யோசிக்கிறேன்
உடைத்து விட்ட உறவும்
கட்டில்லா காதலும் காமமும்
எதைக் கொண்டு வருமெனப் பாத்திருக்கிறேன்
2003

ஒப்பாரி

சிதறும் என நினைத்தா கனவுகளை
வளர்த்தோம்
ஆசையால், அழகால், காதலால், கனவுகளால்
வளர்த்த உடம்பை
ஈக்களும் நாய்களும்
மொய்க்க விட்டேனே... ஐயோ.

ஆண்களால் வெல்லப்பட்ட உடம்பு
பொய்களால் கொல்லப்பட்ட மனசு
தந்திரம் மிக்கவர்கள் மத்தியில்
தனித்துவமாக மாட்டானா என்ற நம்பிக்கை...

வயதோடு வளர்த்துக் கொண்ட
ஆசைகள், கனவுகள்
உடலோடு சிதைந்து போயிற்றே.... ஐயோ.
சிதைந்து கிடந்த உடலைச் சுற்றி
பொய்களால் அலங்கரிக்கப்பட்ட வார்த்தைகள்

நம்பிக்கையோடு காத்திருந்த கனவுகள் மட்டும்
எங்கோ பறந்து கொண்டிருக்கின்றன
எதையோ தேடி
2000

உனது அறைக்குள் என்னை அழைக்காதே

முன்பு ஒருநாள்
அங்குதான்
சிதைந்த உணர்வுகளை அறிந்தேன்.
எனது உணர்வா எனப் பார்த்த போதுதான்
விக்கல்களும் விம்மல்களும்
காதில் விழத் தொடங்கின.
நீயும் நானும்தான் தனித்திருந்த அறையில்
எம்மைத் தவிர யார் இருக்கிறார்கள்?
யாரோ ஒருவன் என்றால்
எனது கனவாகலாம்.
ஆனால் வேறுபட்டவர்களின் குரல்கள்
அனைத்தும் பெண் குரல்கள்.
உற்றுப் பார்த்தபோதுதான்
தூக்கி எறியப்பட்ட இதயங்களும்
அதைச் சுற்றி அலங்கரிக்கப்பட்ட
உனது வார்த்தைகளும்
உறைந்து கிடப்பது தெரிந்தது.
குடுக்கப்பட்ட வாக்குறுதிகள்
மூலையில்
சருகாக சுருண்டிருந்தன.
நம்பியவர்களின் பெருமூச்சுக்கள்
அறைக்குள்ளேயே புயலாய் மாறிற்று.
சபிக்கப்பட்டு
வெறுப்பில் உமிழ்ந்த வார்த்தைகள்
எரிமலையாய்த் தகித்தது
இனியும் உணர்ந்தால்

நொறுங்கிப் போவேன்.
இன்னும் சில நாட்களில்
நானும் அவர்களுடன்.
இதை மட்டும் நினைவூட்ட
என்னை
உனது அறைக்குள் அழைக்காதே.

2003

5

எல்லாமே இயல்பாகிவிட்டது
காலை, மாலை, குளிர், கோடை மாற்றங்கள்
விடுமுறை நாட்கள்
வேலை நாளின் காலைகள்
போர் நிறுத்தம், யுத்தம், மரணம்
எல்லாமே பழகி விட்டது
மனசுக்குள் வந்த பட்டாம் பூச்சிகள்
பட்டுப் போன பூச்சிகளாய்த் தெரிகின்றன
காதல்கூட இயல்பாகி விட்டது
கண்டால் மகிழ்வது போய்
காணாது விட்டாலும் அதாகிவிட்டது
இரவுகளின் நீளங்கள் விழிப்புகள் எல்லாம்
செக்கன் கம்பிகளின் பூகம்பத்தால் அளக்கப்படுகிறது
உறவின் போதே பிரிவிற்கான ஒத்திகை
உனக்கான மாளிகை இடிந்து போகிறது
துயரமில்லை, அத்திவாரங்கள் உள்ளதே...
நீயில்லாமல் மீண்டும் மீண்டும்
வேறு மாளிகைகளும் எழுப்பப் படலாம்.
இப்போதே கவலையும் துயரமும்,
ரணமும்தான்...
திரும்பாதே. போ
காலம் என்னும் களிம்புடன் இதோ காற்று:
மீண்டும் பிறப்பேன்

2000

எப்போதும்
ஒரே வட்டத்துள்
நிர்ப்பந்த
வெப்புசாரம்
மூச்சு முட்ட வைக்கும்
ஆசுவாசப் படுத்தல்கள்
அற்றதான தனிமை

- வசந்தி

நித்யகல்யாணி

கவனித்திருக்கிறேன் உன்னை
பச்சை விளக்கிற்காய் காத்திருக்கும்
                    - கணங்களில்
கௌரவக் கணவனுடன் காரிலே போகையிலே

குரோதம் - உன் கண்களில்
பார்வை பட உணர்ந்தேன்

எதற்காக?
காரின் பெறுமதிக்கா
வேடிக்கை பார்ப்பதாலா
கணவன் உடமைக்கா?

உனக்குத் தெரியுமா
என் பொறாமைப் பட்டியலில்
நீயும் இருப்பது.

1999

பூட்டுக்களும் சாவிகளும்

திறந்திருக்கும் தருணங்களிற் கூட
சாவி பற்றிய பிரக்ஞையுடன்தான்
வலம் வர முடிகிறது

பூட்டுக்களும் சாவிகளும்
கண்டு பிடிக்கப் பட்டிராத பட்சத்தில்
எல்லாமே
இலகுவாய்ப் போயிருக்கும்

தொலை தூரம் போனாலும்
கனவிலும்
தொடர்ந்து வந்து
தொல்லை தரும் சாவியாய்
இயல்பாயிருத்தல்
இயலாமற் போகின்றது

பூட்டப்படவில்லை என்று
சொல்லப் பட்டாலும்
பழக்கப் பட்டுப் போனதில்
சாவி இல்லாதிருத்தல் கூட
இம்சை தருவதாய்...

2000

"அவன்"கள்

எனக்குள் விரிகின்ற
மௌன சிறகுகள்
வளைந்து போகும்
பெண்மையின்
கர்வ பாரத்தில்.

அசையாப் பெண்மையின்
ஜனன ரகஸ்யத்தின் அச்சமூட்டலில்
அசையும்
ஆண்மையின்
நிச்சயமின்மைப் பதட்டங்கள்.

குருதி கண்ட குழப்பத்தில்
தம்மை சிவப்பாக்கி
அடக்கும்
ஆளுமை நாடகங்கள்.

அகண்ட பிரமாண்டம்
தன்னை
உணராது
அநியாயமாய் அடங்கிப் போகும்
"அவள்"கள்.

ஆழம் அறிய முடியா,
அவள்
அடி முடி
காண
விழைந்து
சோர்ந்து
அவநம்பிக்கையுடன்
இன்னமும்
வளைய வந்த படியே
"அவன்"கள்.

2000

பாம்பு

வர வர
பாம்பு பற்றிய எண்ணமே
சகலமுமாய்...
திரைச்சீலை, அலங்காரவஸ்து,
சமையலறை உபகரணம் கூட,
பாம்பை நினைவூட்டுவதாய்.
பாம்பு கொத்தும்
குதறும்
துன்புறுத்தும்
என்றெல்லாம் பேசிக்கொண்டே
ஆளுக்கொன்று வைத்திருப்பார்கள்.
என் மீதான
பாம்பின் ஆக்கிரமிப்பு,
அதிகரித்து வருகிறது.
மீள
என்னிடம் ஒன்று இருத்தல் நலம்
எனில்
மீறல் தேவை.
திரணி இல்லையென்றால்
அதன்
நத்தைச் சுருட்சிக்குள்
நசுங்கிப் போய் விடச் சாத்தியமுண்டு.
சமயங்களில்
கொத்திக் குதறப்பட்டு செத்துவிடத் தோன்றும்.
கேவலம்
கண்டவிடமெல்லாம் ஊர்ந்து திரிகின்ற
அற்பப் பாம்பிற்கு
இத்தனை
அந்தஸ்தா?

2000
திரணி (வழக்குச் சொல்) - திராணி

உனது காத்திருப்பும் நானும்

உனது காத்திருப்பு
கொக்காய்
என்
இளமையின்
தீர்ந்து போதலுக்காய்

அவர்கள் சொல்லிப் போன
அவைகளை
நிறைவேற்ற வேண்டி
வீணாகிப் போன
என்
இளமைத் துளிகள்

தீர்ந்து போகு
முன்
இறுதிச் சொட்டையாவது
ஒத்தி எடுக்கும்
முனைப்பில்
சுடர் விட்டெரியும் நான்

2000

ரகஸ்யம் I

அண்டப் பெருவெளியில்,
அக்னித் துளி ஒன்றின்,
ஆண்டாண்டு காலக் குளிர்வில்,
உயிர்த் துளிகளாய்,
இன்று நீ, நான், அவன், அவள், அவர்கள்...

அனுபவமின்றி அறுக்கப்பட்ட
ஸ்படிகப் பிரதிபலிப்பாய்
குலைந்து சிரிக்கின்ற
வாழ்க்கைத் துண்டங்கள்
அடுத்ததறியா அவலத்துடன்...

பதுங்கிக் கிடக்கின்றன
கோடானு கோடி ரகஸ்யங்கள்
பிரக்ஞையின் பிடிக்குள்
பிடிபடாமல்...

பொதி அவிழும் கணமொன்று
பித்தாக்கிப் போடும்,
மொழி வசப்பட
கவிதை கட்டவிழும்
அல்லாடும் அலையொன்று
அக்னி நட்சத்திரமெடுத்து
எழுதும் என்
சரித்திரம்
அதில் உன்னிருப்பும்...

2000

ரகஸ்யம் II

காலத் துளிக்குள் கண்டு கொணாதபடி
மௌனத்தில் பொதிந்து கிடக்கும்
பிரபஞ்ச ரகசியங்கள்
பஞ்ச பூதங்களுக்குள்

பேசிக் கொண்டேயிருக்கிறேன்
பனிப் பாளமாய்
உறைந்து கிடக்கிறது
மௌனம் -
உருகுவதற்கான உத்வேகத்துடன்
உத்தேச வெப்ப நிலைக்காய்

ஆண்டாண்டு கால
கர்ப்பப்பை ஒடுக்கல்களில்
இறுகிக் கிடக்கும்
ஜனன ரகசியங்கள்
ஆவேச வெடிப்புக்காய்

மனசின் மடிப்புக்களிலெல்லாம்
மடித்து வைத்திருக்கிறேன்
மரபுகளின் நீசத்தனங்களில்
நீலம் பாரித்துப் போன
என் கனவுகளை

2000

புலம்பெயர்வு :
குடும்பம்
(தங்கத்தட்டில் தந்திட்ட சுதந்திரம்?)

இயந்திர கதியில்..
இயந்திரச் சுழற்சியில் சிக்கிய
இயந்திர மயமாக்கலின்
உலக மயமாக்கல்
தொடரும்..

                          - மொனிக்கா

இயந்திர மயமாக்கல்

மூத்தது ஆண்பிள்ளை...
நிம்மதிப் பெருமூச்சுடன்
வந்திறங்க

ஆசைக்கு
ஒரு பெண்பிள்ளையும்
வேண்டுமாம்.

சீவி முடித்து சிங்காரித்து
அழகு பார்த்து...

பிள்ளை..
அண்ணை படிக்கிறான்..
லாம்பெண்ணை வாங்கி வா.

பிள்ளை..
தம்பி அழுகிறான்..
ஒருக்கா தூக்கு.

பிள்ளை..
அம்மாவுக்கு சுகமில்லை..
சட்டி பானையைக் கழுவு..

படிச்சு என்னதான் செய்யப் போறாய்?

பிடிச்சு ஒருத்தன் கையில் கொடுக்கும்வரை
மடியில் நெருப்பைச் சுமப்பதாக அம்மா..

சீவி முடிச்சு சிங்காரித்து
அழகு பார்த்தால்..
இப்போது சந்தேகம் வரும்.

பெடியன் வெளிநாட்டிலையாம்..
நல்ல வேலையாம்..

காரில் சாய்ந்து
கோட் போட்ட பெடியனை..
பிடிச்சிருக்குத் தானே?

வந்திறங்கும் தேவியை
வலம் இருத்தி
தேரோட்டி ஊர் காட்டி
முடிந்த பின்னால்..

அக்காவுக்கு தெரிஞ்ச இடத்தில்
வேலை இருக்காம்..

மழை, வெயில், குளிர் பனிக்குள்
மெய் வருத்தம் பாராது..
கண் துஞ்சாது..
கருமமே கண்ணாயிருக்க..

மற்றவை
என்ன நினைப்பினம் என்று
வயிறும் வளரும்..

பெடியன் பிறந்தால்
பெட்டை வேணும்..
பெட்டை பிறந்தால்
கட்டாயம் பெடியன் வேணும்...

இரண்டும் பிறந்தாலும்
சமைக்கவும் வேண்டும்..

ஆட்டிப் படைக்கும்
குழந்தைகளுடன்
மல்லுக்கட்டி..
நாளைக் கழிக்க...

இயந்திர கதியில்..
இயந்திரச் சுழற்சியில் சிக்கிய
இயந்திர மயமாக்கலின்
உலக மயமாக்கல்
தொடரும்..

கனவுகளும் கற்பனைகளும்
ஒளி கண்ட பனியாக..
கலைந்து போகும்.

2003.

அவரின் மகள்
இவரின் மனைவி
உங்களின் தாய் என்பதைவிட
நான் என்பதாக
விட்டுச் செல்ல விரும்புகிறேன்
எனக்கான என் சுவடுகளை

- துர்க்கா

1

எதிர்த் திசையில் நின்ற படியே
கடந்து போகும் காலங்களை
வெறித்துப் பார்க்கிறேன்
ஒவ்வோர் ஆண்டின் முதுகிலும்
சாதித்த மனிதரின் சுவடுகள்
கழிக்கப் படும் வயதுகளும்
கூடிக் கொள்ளும் அனுபவங்களும்...
மனம் போடும்
இன்னோர் ஐந்தாண்டுத் திட்டம்
பொறுப்புகள் சொல்லியே
பறிக்கப் படுகிறது
சாதிக்க வேண்டும்
ஆனால்
சுற்றிலும் சுட்டு விரல்கள்
மகள், மனைவி, தாய் என்பதற்குள்
பொதிந்து போக
அவசரமாய்க் கடந்து கொள்ளும்
காலங்கள்
என் சுவடுகள் இன்றியே
2000

2

குரூரமான சுவடுகளுக்குள்
நிறங்கள் மறைந்த வாழ்க்கை
பரிவுக்கோ பரிதாபத்திற்கோ
இதயங்கள் இன்றி
ஏக்கம் நிறைந்த அநாதையாய்
மனம்
தகர்க்க முடியாது
நெருக்கமாய்
உயர்ந்து
காற்றைப் பறிக்கும்
சுவர்கள்
வெறுமையாய்
வேட்கையில்லாது
எதிர்ப்படும் காலங்கள்
நேசிப்பதற்கும்
நேசிக்கவும்
வெறித்தபடி
மரணம் மட்டும்

2001

3

உலகம் துண்டிக்கப் பட
துயரின் துருப்பிடிப்பில்
மௌனப் போராட்டங்கள்
உறவுகள் தூரமாகி
வீழ்ச்சிகளும் தோல்விகளும்
துரத்த,
பயங்களின் விரிப்பில்
குமிழுடைக்கும் நம்பிக்கைகள்
மனக் கோடுகளின் வாசிப்புக்களை
சில ஆத்மாக்கள்
அலட்சியப்படுத்த,
கறுப்புக் கூட்டுக்குள்
விழித்தபடி அவள்

பல்க்கனிக் கம்பிகள் மீறி
ஒரு உயிர் கூட்டின் சிதைவு
புலம் பெயர்வில்
அவள் கறை படிந்த
இன்னுமோர் குருதித் துளி

4
எனக்காக சிருஷ்டிக்கப்பட்ட
இந்தத் தீவு
இதற்குள்
ஆடை அகற்றும் சுமைகள்
கிரீடம் அணியும்
என் சுயங்கள்
குரல்வளை நெரிக்கும் உறவுகளும்
கன்றிப்போன வார்த்தைகளும்
தழும்புகள் பதிக்கும் விரல்களும்
தாளிட்ட கதவுகளுக்குள்
எனக்குள் உரசி
இரத்த நாளங்களுக்குள்
உப்புக் கரித்து
உயிர்ப்போடு
துடிதுடித்துப் பிரசவிக்கும்
வார்த்தைகளில்
அகன்றிருக்கும் நாடித் துடிப்பு
என்னைப் புரிவதாய்
நெருங்கியும் விலகியும்
கண்ணாமூச்சி ஆடும்
மனம்
உயிர் தெறிப்பின் சுருதியில்
கவி பாடும் ஒரு குயில்
கிளைகளின் மறைவில்

2002.

5
கர்ச்சனைகள் நின்றுபோன இரவு
மிதக்கும் அலைகளில்
ஏதோ ஒரு ஸ்வர ஸ்தானம்
சித்தாரின் நரம்புகள்
இசைக்கும் நிலாக் காற்று
மெட்டுப் போட்டுக் கொண்டு
கண்ணெதிரே குறுக்கிட்ட
ஒரு ஜோடி இராக் குருவிகள்
நகரும் விழிகளுக்குள்
பரபரப்போடு
உனதையும் எதிர்பார்த்தபடி
எனக்குள் சிதறிய ஸ்வரங்களுள் இருந்து
எந்த இராகங்களும் பிரசவிக்கவில்லை
தொலைவில்
தொடுவானத்துக்குள்
மறைந்து போயிற்று
அந்த(ப்) பாய் மரக் கப்பல்

2002

6

நிலவை தொலைத்த
இன்னுமோர் இரவின் ஆழத்தில்
ஒளி நனைத்த
பூமியின் வெளிச்சக் கீற்றொன்றில்
தெளியும் வானம்
பாசி படிந்த முகில் மடிப்புகளில்
தேங்கியிருக்கும் ஞாபகங்களாய்
தனிமை உறிஞ்சிய மனம்
தொண்டைக் குழி முட்டி
நிசப்தம் கலைக்க முனையும்
விசும்பல்களின் வலி
உன் விரல்களின் இடுக்குகளில் இருந்து
வீழ்ந்து போனதாய்
தளர்ந்து போயிற்று
உன் மூர்க்கமான அணைப்பு
முறிந்த முத்தத்தின் நடுவே
முகம் மோதும்
நியங்களின் காயங்களில்
கதவுகள் உடைத்து
கைகள் நீளாத
உன் கதவருகே
மௌனம் நிறைந்திருக்க -
உன் கைகளில் கனவுகளில்
புரியாது வெறித்து நிற்கும்
உன் வார்த்தைகளில் இருந்து
சொல்லாது விலகுகின்றேன்
2002

87 ஒலிக்காத இளவேனில்

ஒரு கவிதை எழுதப் படுகிறது
குழந்தையின் சிறுநீரும் மலமும்
சிறிய இடைவேளையின் பின்பு
மீண்டும் எழுதப் படுகிறது
சமையல் கழிவுநீர்
காய்கறிகளின் கறையுடன்
அது எழுதப்படுகிறது
சிரித்துக் கொண்டே குழந்தைகள்
பாடசாலை செல்கிறார்கள்
சிணுங்கிக் கொண்டே
பின் தொடரும் குழந்தையை
சபிப்பதற்கில்லை
புருவம் நெரித்துச் சினப்பவனுடன்
சிறு பொழுது
தொலைபேசியில்
அழுதபடி முறையிடுகிறது
பரிச்சயமான பெண் குரல்
யார்யாரோ வருவதும் போவதுமென
பிறகு பேனாவைக் காணவில்லை
பேனை கிடைத்தபோது -
எழுதி முடிந்திராத கவிதையை
தேடி அலைதலும் பெறுதலுமற்ற
அந்தர மனோநிலை
எங்கோ ஓரமாய்... மௌனமாய்...
எனக்காக அது
காத்துக் கொண்டிருக்கிறது

பின்குறிப்பு: சமர்ப்பணம்: கவிதை பற்றிப் பேசுபவர்கள்
கவிதை கேட்டு நச்சரிப்பவர்கள்
கவிதை புனைபவர்கள்

2004
                              - மைதிலி

1

ஆயிரத்திநூறு யுகங்களுக்கு அப்பாலிருந்து
எனக்காக ஒரு கடிகாரம்
இயங்கிக் கொண்டிருக்கிறது
கபடமும் நெகிழ்ச்சியும் கொண்டது இருள்
உனக்கு ஆடைகளில்லை
மெல்லிய இரைச்சலைக் கொண்ட அறையினுள்
ஒவ்வொன்றாக அற்றுப் போயின
கற்பனைக் கெட்டாத தொலைவில்
ஒரு குரல் கதறி அழைக்கிறது
யாரது?
வன்மமும் மகிழ்வும் கொண்டெனப் போல
சுற்றிலும் முகங்கள்.
மௌனம் கொள்கிறாய் -
துக்கமும் கிளர்ச்சியுமாக
சொல் எதையாவது
ரகசியமானதும் பரிசுத்தமானதுமான
ஒரே ஒரு சொல்
இன்னமும் மீதமிருக்கலாம்
யுகயுகங்களுக்கு அப்பாலிருக்கும்
கடிகாரத்தின் ஒலி
குன்றிக் கொண்டுள்ளது
ஒரு குழந்தையின் அழுகையில்
இனி
அது முற்றிலும் ஒடுங்கிவிடும்
2002

ஐந்து தலைப் பாம்பும் ஆயிரத்தெட்டு விரல்களும்

ஒவ்வொன்றாய் நுழைந்தன
ஐந்து தலைப் பாம்புகள்
வாசல் சிராய்ப்புகளினூடு
வழிந்தொழுகும் குருதியும் நீரும் குழைந்து
தலை மேலே தலை கீழே
அசுர வேகமாக உய்த்துணர்தல்
பீய்ச்சியடிக்கிற நீரில்
இறுமாப்பாய்
இயங்குகின்றன
முன்னும் பின்னும், பின்னும் முன்னும்
விட்டு விடு
கூட்டிற்குள் குருவியை
பரிவுடன் கத்தரிக்கப்படும் அதன் இறகுகளை
நீரைத் துறந்து ஆடை புனைய
அவளிற்குப் பிரியமில்லை
உங்களுடன் அவளைப் பகிர
எனக்கும் சம்மதமில்லை
குருதிக்கும் கூச்சலிற்கும்
உங்கள் குதூகலக் கொடும் பார்வைக்கும்
அப்பாற்பட்டவள் அவள்
இரைமீது வேட்கை கொண்டு
பாம்புகளோ விடுவதாயில்லை
அரைகுறை மயக்கமாய்
திரும்பிப் பார்க்கிறேன்
நம்ப முடியாதபடி
ஏதோவொன்று
அவள் புருவங்களின் கீழ்
தேங்கிப் போயிருக்கிறது
2004

அது

அறைகளைத் துப்பரவு செய்கையில்
புத்தகங்களின் ஒழுங்கை மாற்றும்
 போதெல்லாம்
அதனை உணர்கிறேன்
குளிரில் இறுகுண்ட யன்னல்களின்
 பின்
உயிரற்ற ஜாடிப் பூக்களின் மேலெல்லாம்
உயிர்ப்புடன் தேங்கி நிற்கிறது
வாசித்து முடிக்கும் ஒவ்வொரு
 பக்கங்களிலும்
வாய்க்குள் விழுங்கும் ஒவ்வொரு
 கவளங்களிலும்
பலவந்தமாக ஒட்டிக் கொண்டுள்ளது
உலகத்துத் துயர் அனைத்தையும்
உள்வாங்கிக் கொண்டதுபோல
உலர்வதும் பெருகுவதும்
ஓங்காரமாய் கர்ச்சிப்பதுமாய்
வற்றாது ஓடிக் கொண்டிருக்கிறது
பின்
என் முலைகளின் மீது
அது
அமைதிகொண்டு துயில்கிறது

2004

4
மேலும்
எதுவுமற்றது காலம்
எந்த முகத்தை பொருத்திக் கொண்டாலென்ன?
உன்னை எனக்குத் தெரியும்
எதைத் தேடுகிறாய்?
வார்த்தைகளுள் மறைந்து தாக்கும்
சூட்சுமங்கள்
அறியாதவளா நான்?
பார்வை தெரியும் தூரம் வரை
அழித்து அழித்து
திரும்ப எழுதியாயிற்று
உன் மூளைத் திசுக்களிலிருந்து
ஒழுகும் அசுத்தமான புன்னகையை
இனியும் நான் சகிப்பதற்கில்லை
நல்லது
குளிர் சட்டையை
இறுக்கிக் கொள்
புறப்படலாம்

2004

வஞ்சகம்:
தொட்ட போதெல்லாம் சுட்டுக் கொண்டது
உணர்ந்து பார்க்குமுன் அது
குளிர் ! குளிர் ! என்றது.
சுட்டதா இல்லையா?
குழப்பத்தைத் திணித்தது.
குழம்பிச் சிதையமுன்
அடிஆன்மா நெருப்பு உமிழ்ந்து
நகக் கண்களும் மயிர்க் கால்களும் கூட
பொசுங்கி மணக்க...
ஓநாய்க் கூட்டமொன்று ஊளையிட்டுக்
கொண்டலைந்தது
எனக்குப் பைத்தியம் என்று?
ஆச்சரியம் எனக்கு !
ஓநாய்க்கு வாழ்க்கை

2007

- கௌசலா

ஒழுக்(ங்)கு

எனக்குச் சொன்னபடிக்கு
உயிர்களின் தோற்றம் அவசியமாம்
ஆதலால்
பால்வீதி அவசியமாம்
இன்னுமொன்று
தெரியாத பேயைவிட ஏதோ தலைவிதிப்படி
தெரிந்த பேய் உசத்தியாம்.

ஆனால்
எனக்குத் தெரிந்தபடிக்கு
பால்வீதியில் கோலோச்சும்
அதிகாரங்களின் உச்சம்
வெளிச்சம்
சூடு
வெப்பம்
உணவு
.....இன்னும் இன்னும்
சூரியனால்தான் எல்லாம்

ஆதலால்
செத்தாலும் வாழ்ந்தாலும்
ஒரே குறிக்கோள்
அனுசரிச்சுப் போவது

விரிந்து பரவும் அண்டம்
அதில் நட்புக் கொள்ளும் நட்சத்திரங்கள்
எதுபற்றியும் தெரியாது
அச்சுப் பிசகாமல்
பாதை தவறாமல்
சுற்றுவதொன்றே கோள்கள் பணி

காற்று மண்டலமோ, முகில் துகிலோ
எதுவோ ஒன்றைச் சுற்றிக் கொண்டு
எரிமலைகளையும் புயல்களையும் கூட
சூரியனைத் தாக்காத படி

உபகோள்க் குழந்தைகளையும்
இழுத்துக் கொண்டு
உருண்டு ஓடி
தடக்கி வீழ்ந்தெழும்பி சேவகம் செய்தும்
திருப்தி காணாமல் எரிந்து கொதிக்கும்
சோம்பேறிச் சூரியனை
எது கொண்டு சாத்த?

2003

ஒரு நாள்

தொழிற்சாலைப் பட்டியொன்றில்
பகலைச் சுற்றிவிட
கடுகதித் தெரு மாலையை விழுங்கியது.

இரவுக்கெனக் கதவு திறந்தபின்...
வார்த்தைகள் அரிசிகளாய்
புழுங்கி அவிந்து கொள்ளும்.
ஒவ்வொரு வாழ்வும்
உள்ளிப் பல்லுகளோடு உடைக்கப்பட்ட
எண்ணங்கள் வெங்காயமாய் உரிந்து
இமை அணைக்குள் கடல்களைக் கட்டிவைக்க
படிமமோ, குறியீடோ
உப்புப் புளியாய் கரைந்து சேர்ந்தது.
சிந்தனை சூடாகி கொதித்துக் குழம்பில் வடிந்தது.

ஆசைகள் வதங்கி
மணித்துளியில்
பொரிந்து வடிந்தன..
இடியப்பமாய்ச் சிக்கி, புட்டோடு உருட்டி
பாணில்ப் பொங்கிய போதும்
எப்போதும் தெரிந்தது
ஒரே சொல்தான்.

காற்றில் வியர்வை
மூக்கில் வடிந்து எச்சிலாய்
எல்லார் வாயிலும் ஊற
பாம்புச் சீறல்கள்

குழந்தைகளைக் கொத்தி
பின் கண்ணீரில்க் கரையும்.

இன்னொருமுறை அணிய
துணிகளோடு துவைத்துக் காய்கிறாள்.
ஆவியாகிக் கொண்டிருக்கும் அவள் ஈரலிப்புக்கள்.
சவர்க்கார நுரையில் புகுந்து வானவில்களில்
புதிது புதிதாய் நிறங்களைப் பெருக்கி
பாத்திரங்களோடு கழுவிக் காய்கின்றன...

இயலாமை உடலைத் தின்ன
எல்லார் வெறுப்பிலும்
வயோதிபமடையும் மனது.

இருளின் பரபரப்பில்
எழுத்து, சொல், வசனம்...
நினைவைச் சுற்றி விரவி
அடுத்த நாளுக்கு
படிமமாகிறது.
இத்தோடு
எத்தனை கவிதைகளை
விமர்சித்தாயிற்று

தேத்தண்ணி ருசிக்குள்
அவள் பிறப்பு கேள்வியாக
புகைந்து கருகிய கவிதைகளை
மேகக் கூட்டம் பொழிந்து தொலைத்தது.

2003

விரும்பாமை

துயிலைப் போர்த்திக் கொண்ட குழந்தையின் முன்
எரிந்து தொலைக்கும்
விளக்கு நிர்வாணம் கண்டு,
இமைகள் அடைத்துக் கொண்டன.
வெறுப்புப் பற்றி ஆடியது.
அருவெருப்பில் நெளிந்து புறங் காட்டியது.
பூவுக்கும் காம்புக்குமிடையில் புல்லியாய் நெருடியது.

அப்போதெல்லாம்,
நிர்வாணம் விதைத்த ஒளி
தன்னைத் தானே சுட்டுப் பொசுக்கிற்று.
சாம்பலில் புதைந்த தணல் வெறித்தது
நீ பற்றுவதற்கு
மறைப்புக்கள்
என்னிடம் இல்லையென்று.

பரவாயில்லை!
வா!
என் கண்ணில் வழியும்

மெல்லிய ஒரு கீற்றைச் சுற்றிக் கொள்.
உன் மறைவுகளும் கழுவிக் கொள்ளும்.
நிர்வாணம் பிரகாசிக்கும்.
மறைப்புகள்,
எப்போதும் போல
போதி மரங்களை மட்டும்
சுற்றிக் கொள்ளட்டும்.

நிர்வாணங்கள் ஒன்றையொன்று
பற்றி எழுப்பும் சுவாலையினூடு
வா!
உணர்ச்சிகளை உருக்கியிருக்கும்
புத்தனை மீட்டு வருவோம்.

2003

மாறா விதி

காதைக் கிழித்து
நெஞ்சில் வதைக்கும்
அதிகாரம், பலம், ஆண்மை...
எதிரொலியாகும் அதட்டல்கள்.

பாதித் தூக்கத்துக் கண்ணீர்ப் படிவுகள்
நேசத் தடங்களை கருக்க...
எல்லா அர்த்தங்களையும் எரிப்பதற்கு
ஒரு சொல்.
நேசத்தின் பெயரில்
எத்தனை சாவுகள்.

மரத்துப் போன நரம்புகளுக்கு மேலெழும்பி
உடலம் நடுங்கும்
இன்னொரு பாய்ச்சலை எதிர்பார்த்து.
பைத்தியமோ, விசரோ
தொற்றிக் கொள்ளாதவரை அதிசயம்தான்.
அகலிகை புத்திசாலி.

அறிவுக்கும் உணர்விற்கும்
உறவு என்னவாயிருக்கும்?

இப்படித்தான்...
காதல்களும்
வாழ்தல்களும்
செத்தும் பிறந்தும்...

மனிதருக்கு எதற்கு வாழ்க்கை?

2003

பச்சையம்

என் பச்சையங்களை நானே தின்று
காழில் வைரம் பாய்கிறேன்
கணுக்களும் பூக்களும் எரியூட்டப்பட்ட நாட்களில்
சிந்திக் கொள்ள நீர்ப்பாயமேதுமில்லை
என்னடியில் மூத்திரம் பெய்துவிட்டுப் போகும் நாயில் குரைப்பில்
வாழ்நாள் சேவை செய்த புளகாங்கிதம்.
விறைத்துப் போன நிலத்தில்
வேர்விட முயன்று போராடிக் கொண்டிருக்கிறது புல்லு ஒன்று.
சிறு ஒளி எழுப்பிய நம்பிக்கையின் அடியிலும்
எரிக்கத் துடிக்கும் பெரு நெருப்பு மணம்.
மூச்சுத் தேடி நீண்ட மூக்கில்
அரிக்கத் தொடங்கியது ஆதிக்க ஒவ்வாமை.
யன்னலைத் திறந்தால்
அருவம் நிறைந்த மாநகரின் ஒலியலை நிறைத்த காற்று
ஆறுதலுக்கான எந்தச் சொற்களும் இல்லாது...
எதையாவது மிதித்து உயர்ந்து கொள்ளும் உருவங்கள்.
துக்கத்துக்கும் சுகத்துக்கும் பொதுவாக
மங்கிப்போன ஒரு பார்வை
கடமையாக்கப்பட்ட உறவுகளில்
தக்கனப் பிழைத்தல் என்பது
உணர்வைச் செத்தன வாழுதல்

கூட்டாட்சி

குட்டக் குட்ட நான் அழுது கொண்டிருந்தேன்
வாழ்க்கை உங்களுக்கு அமைதியாய் இருந்தது
என் வளங்கள் எல்லாம் அழித்தாயிற்று
என்னை ஆக்கிரமித்து
கூலியில்லாத சேவகங்களும் பெற்றாயிற்று கூடியளவு
உங்களைப் போலவே பேசிப் பழகினேன்
உங்களைப் போலவே வாழ ஒரு முயற்சி செய்தேன்

திட்டினீர்கள், உடமைகள் உடைபட்டன,
என் குழந்தைகள் மனம் உடைந்தார்கள்
என்னளவில் உடைந்து அழிவின் விளிம்பில் நான்....
என்னுடன் சமாதானம் வாழ்ந்து கொண்டே
உலகெல்லாம் என் பற்றி செய்திகள் பரப்பப் பட்டது
கொடுமைக்காறி, வன்முறையாளி....
என் மூலம் வாழ்க்கை அழிகிறதாக ஒப்பாரிகள்...
மேலதிக ஆதரவுக்காக
என் பிரதேசங்கள் விலைபோகவும் துணிந்தன
எனக்குத் தெரியாமலேயே
உலகின் உதவியை மேலதிகமாக நாடினீர்கள்
என்னை நல்வழிப்படுத்த முயன்று தோற்றுவிட்டதாக

நியாயமான கேள்விகளும் கோரிக்கைகளும்
எதிர்ப்பாயும் வெறுப்பாயும் தாக்குகின்றன
அதிகாரத்தை
ஒரே ஒரு கேள்வி கொடுமைப் படுத்துகிறது
கூட வாழ்பவரை உதைக்கச் செய்கிறது
என்னைத் தெருவில் நிறுத்திய பின்

உன் வாழ்க்கையை வாழ் என்கிறது.
அதற்கு முன்...
என்னை ஒருமுறை அழவிடுங்கள்
உங்களை மனிதராக
என்
நம்பிக்கைகளை, மதிப்புக்களை, நேசங்களை
என்னும் ஏராளங்களை
நோகடித்ததற்கு
என்னை ஒருமுறை அழவிடுங்கள்
உங்கள் மூளைக் கோளாறுகளைப் பொறுத்ததற்கு
வாழ்க்கைச் சிக்கல்களிற் சிக்குண்டதற்கு
உங்கள் புள்ளிகளில் என் வாழ்க்கையைச் சுற்றியதற்கு

நீங்கள் எச்சரித்தது போலவும் இல்லாமலும்
ஆனாலும்
வாழ்வேன்!
என் எல்லாக்
காயங்களிலிருந்தும்
உடைவுகளிலிருந்தும்
நோவுகளிலிருந்தும்
ஆத்திரங்களிலிருந்தும்
ஏமாற்றங்களிலிருந்தும்...

வாழ்வேன்!
திரும்பத் திரும்ப
முதற் படியிலிருந்து...
என் குழந்தைக்குப் பாடும் பாடலில் வாழும்
ஒரு சிலந்திபோல.
மழையைக் காய்ச்சும் வெயில்
எப்போதும் எனக்குள் எறிக்கிறது.

2007

புலம்பெயர்வு :
மாணவம்

எனக்குள் ஒரு ஜிப்சி,
எப்போதும் இருந்து கொண்டே இருக்கிறாள்
அவள் -
வரம்புகளை உடைத்தெறிந்து
ஒரு புறாவைப் போல பறந்திட
ஏங்கிக் கொண்டிருக்கிறாள்.
நாடற்று
நிலமற்று
சுதந்திரமில்லா இந்த வாழ்வற்றும்
பறந்திடக் காத்திருக்கிறாள்.

2007

- இந்திரா

1
நிசப்தமான பொழுதுகளில்
உன்னை நினைக்கிறேன்
நெஞ்சுக்குள்
சிறகு முறிந்த பட்டாம்பூச்சிகள்
பறக்கத் துடிக்கின்றன

யாருமற்ற பூங்காவில்
நிலாவைத் தேடும் விண்மீன்களிடையே
உன் கண்களை நினைக்கிறேன்

காதலும் காமமுமாய்
என் கனவுகளில் அமர்ந்து கொண்டு
சிரிக்கும் அவை
கனக்கின்றன இன்று...

காத்திருப்புப் பற்றித் தெரியாத உனக்காய்
எத்தனை வருடங்கள் தான் காத்திருக்க?

10.10.2007

2

மலை உச்சியையோ
அல்லது ஆழக் கடலையோ
நோக்கிச் செல்கின்றன
என் கால்கள்

சட்டெனத் தள்ளும் காற்றில்
கல்லில் மோதி
விழுந்து
சிதறிய எலும்புகளும் தசையுமான
என் உடலிலிருந்து கசியும் இரத்தத்தைப்
பார்க்க ஏங்குகின்றன என் கண்கள்

அலைகளால் மூழ்கப் பட்டு
மூச்சுத் திணறி
கிடைக்காத சுவாசத்தைத்
தேடித் தேடி இறக்கும்
என் இருதயத் துடிப்பு

இப்படி
எத்தனை தடவை இறந்திருப்பேன்
எனக்குள் நான்...

30.05.2007

உரத்து உச்சரிக்கத்தான் ஆசை
எனது குரலை
ஆனாலும்
அலையாய் ஆர்ப்பரிக்கும்
ஏனைய குரல்களில்
அது அர்த்தமிழந்து விடுகிறது

- தர்சினி

விலகலுக்கான நெருக்கத்தில்

பருவச் சுழற்சியில்
பாதையோரப் பனி மலைகள்
கசிந்துருக
கொட்டும் பனியும்
கருக்கும் வெயிலுமில்லாத
இளவேனில் கால ஆரம்பம்

ஏனோ
மனவெளி மட்டும்
புழுங்கித் தவிக்கிறது

சைக்கிளில் பள்ளி
சாயங்காலம் ரியூசனும்
கச்சான் கடலைக்காய்
கோயில் திருவிழா என
நிலவுமிழும் இராத்திரிகளில்
நீள நடந்தலைந்து
பரஸ்பரம் பரிமாறிக் கொண்ட
பால்ய நட்பல்ல, எங்களது

அந்திய தேசமொன்றின்
அர்த்தப்படாத வாழ்க்கையில்
உணர்வுகளைத் தேடி
உறைந்து போயிருந்தேன்

பனிக்கால மரங்களைப்போல்

பட்டுப்போன என்
நட்பின் வேர்களுக்கு
இந்த
கால்ற்ரன் வளாகத்தில் வைத்து
நீதான் நீரூற்றினாய்

எனக்குள்ளிருந்த
உணர்வினுயிர்ப்புக்களை
உலுக்கியெழுப்பினாய்
விழித்து நானெழுகையில்...
விடைகொடு என்கிறாய்

போய் வா நண்பனே
இது விடைபெறும் நேரம்

நீயும் நானும் சேர்ந்து
பீட்ஸா கடித்த
யுனிசென்ரர் நாற்காலிகள்
இனியும் அங்கிருக்கும்

அருகருகமர்ந்து
மடல்கள் மாற்றிக் கொண்ட
மக்கன்ஸி கணனிகளும்
அங்கேதானிருக்கும்

வகுப்புக்குப் போகாத
வசமான நேரங்களில்
சுற்றி நாம் நடந்த
சுரங்கப் பாதைகளும்
நீண்டிருக்கும்

பரீட்சைத் தாள்களில்
படிக்காததையும்
இறக்கி வைத்து விட்டு
பித்துப் பிடித்தது போல
பேசாமல் நாமிருந்த
ஆற்றுப் பாறைகளும்
அங்குதானுறைந்திருக்கும்

....
நாளை -
அசைன்மென்ட்ஸ்
லாப்ஸ், எக்ஸாம்ஸ்
எல்லாம் உறிஞ்சி
எஞ்சியுள்ள என் நேரங்களில்
யாரோ முணுமுணுக்கும்
உனக்குப் பிடித்த
சினிமாப் பாடலில்
ஓங்கியுயர்ந்த
மரங்களினடியிலிருக்கும்
ஒற்றை நாற்காலியில்
உதிர்ந்திருக்கும்
உனது ஞாபகத் துணுக்குகளை
நான் ஒன்று சேர்த்துப் பார்க்கலாம்
எப்போதாவது நீயனுப்பும் மடல்களில்
ஏதோவொரு திருமண அல்பத்தில்...
இப்போதைய உன்னை
இனம்காண முயற்சிக்கலாம்

வாழ்வற்ற வாக்குறுதிகளிலும்
ஆதாரமற்ற நம்பிக்கைகளிலும்
சுமக்கவியலாத இந்தப்
பிரிவுச் சுமையிறக்கி
கொஞ்சம் சாய்ந்து கொள்ள
உள்ளம் கெஞ்சுகிறது

உன் தோள் வளைவில்
என் முகம் புதைத்து
ஓவென்று கதறியழுது
ஆசுவாசப் படுத்திக் கொள்ள
மனம் அவாவுகிறது

முடியவில்லை நண்பனே

உன்
இமை விளிம்புகளுரசும் ஈரம்
என்

விழியுடைப்பிற்காகத்தான்
காத்திருக்கிறதென்பது தெரியும்
ஆதலால் அழ முடியவில்லை

....
சற்றுமுன்...
என் எலும்புருக்கி
நீயணைத்து நின்ற
அந்தக் கனமான நொடிகளாய்
எனக்குள்ளும்
உனக்குள்ளும்
எம் நட்பு
சாஸ்வதமாகியிருக்கும்
அதனால்
போய் வா நண்பனே
இது...

2002.

அல்பம் = ஆல்பம்

கர்வமும் இறுமாப்பும் தேய
பலியாட்டைப் போல
கேள்விகளற்ற யாரோ ஒருவரைப் போல
மண்டியிட்டு நிற்கிறேன்
இராட்சச ஒலியாய் நரம்புகளையெல்லாம்
பிராண்டிக் கொண்டிருக்கும்
அதிகாரத்தின் முன்னால்.

முன்னெல்லாம்
இரவில் அட்டணக்கால் போட்டு
மல்லாந்து படுத்தபடி ரஷ்ய புனைவுகளுள்ளிருந்து
எழும் எழுச்சிகளைத் துருத்தும்
"காட்டிக் கொடுப்போர்களை" சபித்தபடி இரவு நகரும்
சிறு வலியும் பொறுக்காத வளர்ந்த உடல்
அங்கலாய்த்துக் கொள்கிறது
வலி தாளாமல்
துரோகி ஆக்கப்பட்டு விடுவேனோ என...

இன்றைய குழந்தைகள்
காலத்தை உணராத
துரோகக் கதைகளிலிருந்து விடுபடுவார்களா

2009

- தான்யா

1

நினைவின் விசச் சரடுகளிலிருந்து
வெளியேறிக் கொண்டிருக்கின்ற
எல்லையற்ற துயரை சுமந்து கொண்டலைகிறேன்
சுழலுள் இழுத்துச் செல்லும் கனவுகளைச் சுமந்தலையும்
ஒரு சிறுமியின் தனிமையைப் பாடுகிறது கடல்.
உடலின் அதி புனித வரையறைகளை
அடித்துச் செல்கின்றன அலைகள்.
கடலை விற்கின்ற சிறுவர்களைப் போல
கடல் பரிச்சயமானது என்பதைத் தவிர
சொல்வதற்கு எதுவுமே இல்லாமற் போகிறது.
குழந்தைகளில் ஒருத்தியாய் இருப்பதில்
கருணையும் இரக்கமும் தாய்மையும் சூழ்ந்த
உலகிலிருந்து வெளியேறித் தனித்துப் போகிறேன்
துயரத்தை இசைக்காத பாடலைப் பறவைகள்
கொண்டலைகின்றன.
ஓய்வற்ற வெளிகளில் அந்தரத்தில் அலைகின்றன
நிராதரவான சொற்கள்.
தனித்து தூங்கும் குழந்தைகளின் கனவில் என்ன இருக்கிறது
இனிய கற்பனைகளாலான உலகைக் கண்டடைவார்களா

2007

2
திரும்பிய போதெல்லாம்
இயலாமைகளின் புள்ளியிலிருந்து
கேள்விகள் எழுப்பப் படுகின்றன
மனப்பிறழ்வின் கணமொன்றில் தூக்கியெறிந்த
கனவுகளைக் கூடக் கடந்து விடலாம்
மன அழுத்தம் மனச் சிதைவு
இது போன்ற ஏதோ ஒன்று தான்
உன்னை பிடித்துக் கொண்டிருக்கிறது
என்கிறவர்களையும் கடந்து விடலாம்
ஆனால்
நீ என்றால் மனப்பிறழ்வின் வரிவடிவம் என்கையில்
உன்னோடான எல்லா முரண்களுடனும் எதிர்ப்பேன்
பிறழ்வுற்ற சூழலிலிருந்து
நீ மட்டும் எவ்விதம் உயிர்ப்புடன் இருப்பாய்
மனநோயின் கூறுகளுடன் உன்னைப் பார்ப்பதை
விமர்சிப்பதை அதில் உன்னை இணைப்பதை
எப் பிரிவிலும் அனுமதிக்க முடியாது.
நீ என்பது உடைவின் குறியீடு
போரின் குறியீடு சமூகத்தின் குறியீடு
நானின் குறியீடு
இப்படியிருக்க, உன்னை எப்படிப் புறக்கணிப்பேன்.
புறக்கணிக்க முடியாத புள்ளியில் நானும் நீயும்
இணைந்திருக்கிறோம், காதலால் அல்ல.
பிறழ்விலிருந்து எழுதுங்கள் முறிவின் முதற் குறிப்பை.

2007

Boredom

பாழ்வெளிகளை
பரதேசிகளின் கனவுகளை
ஒரு ஜோடிக் காதலராய்
தனிமையும் காத்திருப்பும்
தொடர்ந்து கொண்டிருக்கிறது

தனித்திருக்கையில்
ஒரு பயித்தியக்காரியைப் போல்
செய்வதற்கு எதுவுமின்றி
திரும்பத் திரும்ப
அழைத்துக் கொண்டிருக்கிறேன்
தெரிந்த இலக்கங்களை

ஒருவளோ ஒருவனோ அற்ற
அந்த வெளியில்
மிதந்தபடியும்
இயல்பை இழந்தபடியும் -
            இருக்கிறேன்

தங்கா,
நீ எப்போது வருவாய்
தனிமையில் இருக்கும் ஒருவளின் துயரை
யார் உன்னிடம் சேர்ப்பிப்பார்
ஓடுகிற காரில்
தூரப் பயணங்களில் தூங்கி வழிகையில்
என்னருகில் அமர்ந்து வரும் வெறுமை
என்னை கொன்று விடுமோ என்றிருக்கிறதே

ஒலிக்காத இளவேனில் 116

உன்னுடைய பேய்த் தனிமையை
ஆன்மாவை அறுக்கும் சூனியத்தை
புரியாது தொடர்கிறது
காத்திருப்பு

படபட என்று அழுத்திக் கொண்டிருக்கும்
இலக்கங்களிலிருந்து விடுபட முடியாது
அழுத்திப் பிடிக்கும் Boredom
பிறழ்வுக்குள்த் தள்ளுகிறது

உன்னுடைய தனிமை
பிறழ்வை உண்டு பண்ணியதில்லையா?
யாருமின்றி ஒருநாள்
நிர்வாணமாய் ஓடுவாயோ என்கிற அச்சத்தை
அது தரவில்லையாடி உனக்கு

200?

4

ஒருபோதும்
எழுதப்படாத கவிதையை
எனக்காய்த் தேடிக் கொண்டிருக்கிறேன்
முத்தத்தாலும் உறவுகளாலும்
நிரப்பப்பட்ட குவளைகளிலிருந்து
நீரை அகற்றி விடுகிறேன்
வெறுமையான குவளைகள்
அச்சமூட்டுவதாய் இருக்கின்றன
சமயங்களில்
குவளையின் அடையாளமே
அழிந்து போகிறது.
மலர்களை வைத்து
அழகுபடுத்த முனையும் வீட்டுக்காரர்
நீரின்றி அவதிப் படுகிறார்கள்
நீயும், நானும், உலகும்
பூவும் செடியும் கொடியும்
நீராலானது
குவளைகளுள் நீரை நிரப்பு
வசந்தம் இனிமையானது என்கிறாய்
பென்குயின்களைப் போல
கடும் குளிரே பழக்கமானது
நீர் உறைந்துவிடும் அபாயம் கொண்டது
என்கிறேன்
துருவத்து விலங்கொன்றைக்
கண்டுவிட்ட நினைவில்
திரும்பி நடக்கிறாய்
பனி கொட்டி மரம் நனைக்க
இலை கொட்டிய மரம் பூக்க
துயர் இன்றி நான் நடக்க
தூரே மறைகிறது சிறு நிழல்

புள்ளியாகித் தொலைகிறது கனவு
கிறிஸ்மஸ் மரங்களில்
ஒளி படர
நினைவில் நிழல் படர
துயரில் விளைகிறது ஒரு மனம்
அது காற்றடித்து விழா
புயலடித்து சரியா
மலை போன்று படர்கிறது

17.02.2006

5

தற்கொலை பற்றி
அறிந்திராத ஒருவள்
பெருஞ்சாலையின் மேலிருந்து
தடுப்புப் பாலத்தைப் பார்க்கிறாள்
அது: இசைக் கருவி போலவோ
விழுங்க முனையும் மலைப் பாம்பாகவோ
அவளுக்கு இருக்கிறது

அதிலிருந்து குதித்தவர்
வீரர்களாயும் சாகசக்காரிகளாயும்
தன்னை அழித்துக் கொள்ளல்
கலைத்துவமாய் கவித்துவ நீதியாய்
கனவு காண்கிறாள்

அந்த இடம் -
ஒரு நிமிடம் சாவதற்கான
முனை
மறு நிமிடம் இசைக்கான
கருவி
பிறிதொரு பொழுதில் வாழ்வதற்கான
வெளி
அத்துவான வெளியில்
வாழ்க்கையின் நம்பிக்கையைத் தொலைப்பது
இயலாமற் போகிறது

ஒலிக்காத இளவேனில் 120

சாகசக்காரியாய், ஆறாய், நீர்வீழ்ச்சியாய்
படகாய் குழந்தைகளாய்
கீழே வாகனங்கள் ஓடிக் கொண்டிருக்கின்றன
மேலே
கோபமும் விவேகமும் தாபமும் நிறைந்தவள்
சேர முடியாதபடி
வாழ்க்கை அவளை வசீகரிக்கிறது

28.09.2005

கவித்துவ நீதி (poetic justice)

6

"எத்தனை குழந்தைகள்"
பதிலற்று அமைதியாய்
உள்வாங்கிக் கொள்கிறேன்
ஒவ்வொரு உறவும்
கற்பப்பையை நிரப்பவே
என்பது தரும் தளர்ச்சியான உணர்வை
யாரும் புரிந்து கொண்டதேயில்லை
ஏதோ ஒரு கண முறிவில்
ஏதோ ஒரு உந்துதல்
சுழலுள் இழுத்துச் செல்கிறது

காதலனாய் இருந்தவன்
கணவனாய் இருப்பவன்
தகப்பனானவன்
எவனுமே சூனியத்தை எதிர்கொண்டதில்லை

மலர்ச்சியற்ற ஒரு கணத்தில்
அவளை அந்த சாகசக்காரியை
மறந்து போதல்
சாத்தியமாகிறது

மலையும் மலர்களும் சூழ்ந்த பிரதேசங்களை
கைப்பற்றிக் கொள்ள
எத்தனித்துக் கொண்டிருப்பவர்கள்
அமைதியாய் இருக்கிறார்கள்

சிறிய துவாரங்களுள்
பாம்புகள் நுழையும் / நுழைகின்றன

10.10.2005

7

அன்று நான் நினைத்ததில்லை
உன்னைப் பிரிவேன் என
எனினும் கொடிய
இராட்சசக் கம்பிகளால்
தள்ளப்படும் நாட்கள்
கழிந்து
இன்று முற்று முழுதான
விடுதலையைத் தந்தேன்

உன்னிடமிருந்து வந்த போது
காற்றும் வெளியும்
உன் நினைவும் கூட
என்னைத்
தொந்தரவு செய்ததில்லை

ஒவ்வொரு நாளும்
வாழ்வதற்கான நம்பிக்கையைப்
பெற்றேன்

புரிந்து கொள்ள வேண்டி
நிற்கும் அவலமோ
நேசத்தை உணராத
வலியோ அற்ற அமைதி

கொடிய கனவுகளைக் கொண்ட -
குழந்தை பெற விரும்பாத - ஒருத்தியை
நினைத்தபடி இருக்கப் போவதிலலை
ஆனாலும் கனவு காண்கிறேன்

123 ஒலிக்காத இளவேனில்

நீ என்னைத் தேடுவதாயும்
நான் தொலைவுக்குப் போவதாயும்

அவைக்கு தெரிவதில்லை
சந்திப்பதற்கான அவசியமேதும்
எம்மிடம் இல்லை என்பது

2003

8

முற்பகல் 11:30
அதைக் கடக்கவே விரும்பாமல்
மலர் படுக்கையில்
கிடத்தி வைக்கப்பட்டிருக்கும்
மகனை வருடி
சில்லிடும் கைகளைப் பற்றி
அம்மா கதறுகிறாள்

கடிகாரத்தைப் பார்த்தபடி
அவனை எடுத்துச் செல்ல
யமனாய் காத்திருக்கும்
எரியூட்டிகளுக்கு நேரம் முக்கியம்.

நிமிடத்தில் நீறாக்கப்படும்
குழந்தையின் உடலை
முழுதாய் இனியொரு போதும்
அவள் காணப் போவதில்லை.

சவக்குழிகளுக்குள் புதைக்கப்படும்
பிள்ளைகளை மண்ணைக் கிளறி
தேடித் தேடி கதறுகிறாள் அம்மா
சரியாய் எந்த கிரிகைகளையும்
செய்யாது போர் தின்ட பிள்ளைகளை விட்டு
நகர்கிறார்கள் அம்மாக்கள்
பிள்ளையின் எல்லாவற்றையும்
எடுத்துச் செல்லும் அகாலத்தின் கதவாய்
தீ வார்க்கப்படுகிறது.

காவெடுத்தவர்கள் நினைக்கப் போவதில்லை
ஒரு பயித்தியக்காரியைப் போல
தமக்கான குழிகளை வெட்டியபடி
காத்திருக்கும் பெற்றவர்களை.

05.03.2009

15 வயதான நிதர்சன் மாணவரொருவரால் காரால்
ஏற்றிக் கொல்லப்பட்ட பின்...

அழகான மலர் போன்ற பெண்ணை
எதுவும் பாதிப்பதில்லை
உண்மை; "அழகான மலர்"
பெண் இல்லை

அவள்
உத்தரப் பிரதேசத்தில் ஒருமுறையும்
போராட்டத்தில்க் கதறலாயும்
போரிடலாயும்
அமெரிக்காவில் மூர்க்கம் பிடித்த
கறுப்புப் பெண்ணாய்
ஒரு லெஸ்பியனாய்

பிறப்பதில்லை

நவம்பர் 2000

- பிரதீபா

உனது இனம்
அரசியல்.ஆண்.மொழி

(அரசியல்)

உன் பத்திரிகைகள் முழங்கும்
"யூதர்களைப் போலொரு தனி நாட்டை
நாமும் அடைந்தே தீருவோம்"
சூழுரைப்பில் மெய்சிலிர்த்தபடி,
தம் நிலங்களில் நாயாக நடத்தப் படும்
கோபங் கொண்ட பாலஸ்தீனியரை
எவ்வளவு இயல்பாய் மறுக்கப் பழகிறாய்

எம்முன்:
எப்போதும் ஆறிப் போகிற தேநீர்
அதிற் சொட்டு உறிஞ்சியபடி,
"ம்ஹீம் சோனிகளை ஆகிலுந் தான்
அப்பாவிகள் ஆக்காதே"
வெட்கமற்று நீ சொல்வாய்
மிகச் சிறந்த நியாயவானைப் போல

அதை மறுக்கும்போது,
நான் உன்னைப் பார்த்து சிரிக்கவிலலை
பாவனையில் ஒரு தோரணையோடு
உன்னைக் கீழிறைக்கவில்லை;
உண்மையில் நீ மறைக்க நினைக்கிற வரலாறே
எனக்கும் தெரியும்.

அதனால்
எனக்குத் தெரிந்தவற்றூடாக
உன்னை மறுக்கிறேன்;
நிராகரிக்கிறேன்;
எதிர்க்கிறேன்;
எந்தக் குற்ற உணர்ச்சியுமின்றி.

(ஆண்)

பாரிய கிழக்கே தொலைவாய் வெளியாய்
பரந்திருக்கும் இது
"யாருடைய நாடு"
வினாவியபடி நான் இருக்க
"இது உன்னுடைய நாடாகாது
வெகு தொலைவில்
ஈரேழு கடல்கள் தாண்டி
உன் ஊர் உன் வீடு உன் மொழி
உன் இனம் உன் அடையாளம்
இருப்பதாக" நீள் பட்டியல் ஒன்று
தந்தாய் நீ

நான்: கோடுகள் மறைய
தொலைந்து போன சித்திரம்

வீதிகளில்
தோழர்களுடன் செல்கையில்
உன் இனத்தவன் ஒருவன்
எங்களில் யாரேனும் ஒருத்தியை
உன் இனத்து மொழியிலேயே
வேசைகள் என்று
எம் பால் உறுப்புக்கள் சொல்லிக் கத்துவான்;
அவர்களை எவ்வின அடையாளமுமின்றி
ஆண்கள் எனவே
அழைத்துப் பழகினோம்

இனங்கள் கடந்த ஜனங்களின் கூடல்களில்
நாடளாவிய யுத்த எதிர்ப்பு ஊர்வலங்களில்
அவன்களைத் தேடினோம்
நசுங்கும் இனங்களின்
எதிர்ப்பில் இணைய
அவன்கள் அவ் இனத்தவர் அல்ல!
ஆயிரமாயிரம் பேருடன்
நீ செல்வாய் உன் இனத்தை பிரதிநிதித்துவப்படுத்த,
உன் இனத்தை மட்டும்!

உனது மேய்ப்பர்களின் உரைகளோ
பயங்கரவாதத்திற்கெதிரான அமெரிக்க முயற்சிகளை
பாராட்டிச் செல்லும்
உனது பத்திரிகைகள் அதனை ராசதந்திரமென
மெய்ச்சிக் கொண்டிருக்கும் -
தன் ஊடகங்களில் அமெரிக்கா கூவும்
"என்னை ஆதரி அல்லது
பயங்கரவாதத்தை ஆதரி"
என்னிடம்
அதையொத்ததையே நீயும் சொல்வாய்

நான்: சக மனிதர்க்குரிய மரியாதையை
குறைந்தது சொற்களிற் தானும் தராத இனத்தை
முதுகினில் காவ மறுப்புறும் இதயம்

(மொழி)

நீ பொறாமையுறும்
திடகாத்திரமான காப்பிலிகளுக்கோ
ஆண்மையற்ற நோஞ்சான்களாய்
இகழப்படும் சப்பட்டையருக்கோ
தாயாகுவதில்
எச் சொட்டு வருத்தமும்
நான் கொள்வதில்லை

எண்ணி நாப்பது வருடங்களிலோ
இன்றேயோ
அக் குழந்தைகள்
தாய்மொழியை இழப்பதில்
அப்படி ஒரு துக்கம்
எழுவதாய் இல்லை

குடும்பங் கட்டி சொத்துச் சேர்க்க
"எனது எனது" என உருவேற்றும்
ஒரு சோடி குழந்தைகளை
வழிவழியான கடமையாய்
பெற்றெடுக்க வேண்டி
ஒரு கட்டாயமுமில்லை

ஆனால்
சப்பட்டைகள், கறுவல்கள், சோனிகள்
தொடருகிற உன் துவேசங்கள்
நான் தாயாக அரவணைக்கிற குழந்தைகளை
அண்ட விடேன்
வஞ்சனையை, மனித விரோதத்தை, பகைமையை
கொண்டு ஆடுகிற மொழி
அழிந்தால் என்ன?

நியாயமற்று
வெறித்தனமாக
ஒரு மரணத்தை நியாயப்படுத்தவோ
மரணத்திற்குப் பழகியோ போகாதவரை
அவர்களுடைய எந்த மொழியும்
எனது மொழியே

அது உன்னுடையதாய் அல்லாதது குறித்து
என் கவலைகள் இல்லை

2004

சப்பட்டைகள், கறுவல்கள், சோனிகள் அல்லது சோனகர்
முறையே சீனர், கறுப்பர், முஸ்லிம் இனத்தவரை ஈழத் தமிழர்கள்
அழைக்கின்ற பட்டப் பெயர்கள்

மல்லாவி 1989

என் இளம் பிராயங்களில்
எந்தத் துக்கமும் நிகழ்ந்ததில்லை
செல்லப் பிள்ளைகளின் வனப்புடன்
வளர்ந்த தெருக்களில்
மரணமோ இழப்போ நேர்ந்ததேயில்லை.
காதலெனப்படுமொன்றின் வலிகளையோ
இலட்சியங்களையோ பின்னாமல்
உதடு முத்தத்திற்கான ஏக்கத்தையும்
மார்பு இழுத்தலுக்கான இரைதலையும்
கொண்டிராமல்
கடந்தது அது!

பெரியவர்கள் கூட
எமது விளையாட்டையே விளையாடினார்கள்
காட்டுப் பள்ளிக்கூடத்திலிருந்து
வீடு வருகையில்
நீளே போகும்
சைக்கிள்கள் வரிசையில்
பின்னாற்
கண்கள் கட்டப்பட்டு
"சிலபேர்" இருக்க
பெரியவர்களும்
கண்ணாமூச்சி விளையாட்டில்,
வெகுதூரம் சைக்கிளோடி,
அடர் காடுகளுள்
வெடிவெடித்த
"அத்த்தகைய" மகிழ்ச்சி
வேறு
எங்கிருந்தது?
வேறு *எந்தக் காலம்*

"அப்படியொரு" காலமாய் இருந்தது?
என் நண்பிகள் கூட
நம்புவதாய் இல்லை.

என் இளம் பிராயங்களில்
எந்தத் துக்கமும் நிகழ்ந்ததில்லை.

மரண வீடு, துக்க அனுஸ்டிப்பு
எத்தகைய துர்நினைவையும்
அது தாங்கியதில்லை

வீட்டில் துவக்குடன் இருந்த மாமாக்கள்
போய், பின்,
திரும்பி வந்ததுமில்லை

என்னதான் அவசரத்திலும்
சிறு முத்தம் தந்து
முறையாய் விடைபெற்றுச் சென்றிராத
அவர்களைத் தான் அன்றில்
அதிகமாய் வெறுத்திருக்கிறேன்

2004

பலஸ்தீனம் ஒரு கிழவனின் முகம்

இன்று: பத்திரிகையின் முன்புறம்
மனம் நொந்து அழும்
ஒரு பலஸ்தீனியக் கிழவன் முகம்
என் தாத்தாவின் அழுகையை
ஒத்திருந்தது; அவரது முதிர்ந்த தோலின்
தசைச் சுருக்கங்களில்
விரல்களாற் தடவி அலைப்புறுகையில்
"முன்பு
நான் இளைஞனாய் இருந்தபோது"
என்றொரு கதை வந்து போனது
சகாப்தங்கள் தொடரும் யுத்தத்தினதும்
"வாக்களிக்கப்பட்ட பூமி"யின்
வருகைக்கு முந்தைய காலத்தினதும்
சாட்சியான அக் கிழவனின் விசும்பல்
உலுக்கிற்று என்னை.
சுருங்கிய கண்களூடே
வழி தொலைந்து வடியும் நீர்
ஒன்றும் சொல்லவில்லை;
இனி சொல்வதற்கும் ஒன்றுமில்லை.
கடந்த தலைமுறை யுத்தத்தில்
ஒரு வீரனாய் நின்ற அவர் பராக்கிரமம்
கண் எதிர்க்கும் பேரர்களின் ஓலத்துள்
சலனமின்றிப் போயிற்று

ஒப்பாரியின் திசையும்
பாசறையின் முழங்கலும் பழகி
அவர்கள்
இயேசுவைப் போல

முப்பத்து மூன்று ஆண்டுகள் தானும்
வாழ முடியாது
போ(ய்க் கொண்டிருக்)கிறார்கள்;
உடலங்களுள் குண்டுகள் சிதறுகின்றன

அவருமோர் குழந்தையாகி
பேரர்க்கென
தன் தீரக் கதை சொல்ல
வாய்ப்பு வரவேயில்லை...

அங்கிருந்து செல்லும்
உயிர்க்கொலைக் குழந்தைகளதும்
ஓயாத சாபங்களதும்
இரத்த சாட்சி
"இனியும்" என மனம் நோகுற அழுகிறார்.
தசைச் சுருக்கம் வெண் தாடி
தன் பிராயங்களிலெல்லாம் துரத்தப்பட்ட களைப்பு,
தாக்கப்பட்ட யேசுவின்
இரத்தம் போன்ற(து)
கண்ணீர்

இதைத்தான்
தோற்கடித்தல் என்பார்களா?

2004

Weapon of Mass Destruction

நகரம் இச்சையால் மூடியிருக்கிறது
தொலைக்காட்சிகளில் இருந்து விலகாத கண்கள்
அதையே தான் எதிரொலிக்கின்றன
தத் தம் துணைகளை - முத்தமிட்டுப்
பிரிகிறார்கள் இராணுவத்தினர்
யுத்தம் நடந்துகொண்டிருக்கிற காலங்களிலும்
உடல் பிணைய
பொப் பாடல்கள் உருவாக்குகிற கிறுக்கு
தனிமையையும் சிந்தனையையும்
சாக்கொண்டு விட்டன
நாளைக்கும் வகுப்புக்குச் செல்ல
சிந்திக்கத் தூண்டாத பாடங்களை
ஒப்புவித்துத் தொடர
எதிர்க்கவரும் காலம்
எதையுமே தராது.
குடும்பம், குடும்பங் கட்டுதல்,
சொத்து சேர்த்தல் - தவிர
வேறு, எதையுமே பேணாது.
புத்தகங்களில் மட்டும் படிபடுகிற புரட்சிகரம்
பற்றினாலும் பற்றாது;
ஒரு தொலைக்காட்சிப் பெட்டி தருகிற படிமங்களோடு,
எளிய காதல் கதைகள் ஊட்டும்
வரண்ட சிந்தனைகளோடு,
எதாவது செய்யவேண்டுமென்றபடி நடக்கின்ற சிலர்
என்ன செய்வது என்று தெரியாமற் சிலர்
... உலகத்தில் என்னென்னமோ நடக்கும்,
ஒவ்வொரு மூலையிலும் வல்லவர்கள் ஆளுவார்கள்.
முதலாம் உலகங்களில்;
மின்கம்பங்களிற்கு மேல்

பறவைகள் சுழல்வதை
"போர் விமானங்கள் போல" எனவும்
தொலைக்காட்சியில் ஒளி சிதற
கிராமமொன்றில் குண்டு விழும்
சற்றலைட் காட்சியை
"இரவில்
நட்சத்திரங்கள் மின்னுவது போல" எனவும்
எழுதிக் கொண்டிருப்பர் கவிஞர்.
வறுமையும் பிணியும் ஒட்டிய
வெறும் மக்களைக்
காவெடுத்த யுத்தத்தில்
கண்டுபிடிக்கப்படா "பேரழிவின் ஆயுதங்கள்" குறித்து
சொல்லுகின்றான் அரசன்
"...இருக்கலாம் என்றுதான் நினைத்தேன்."
ஏதேச்சதிகாரத்தை எதிர்க்கவியலா
இயலாமையில் கழியும் ஒருநாள்
கனவில் ஓர் ஓவியம்:
அரசனின் ஆண்குறியே
பேரழிவின் ஆயுதமென
எழுந்...து
நிற்கிறது,
அவனது நாட்டிற்குர்ய
தினவுடன்.
பாக்தாத்தில் சிதறி
விழுமுன் ஒரு கரம்
அவ் மாபெரும் அழிவாயுதத்தை
இழுத்...து
அறுக்கிறது

2004

தேசம்

(தொடர்ச்சி....) : யுத்த காலம்

தெய்வமே, நீ எங்கிருக்கிறாய்
நான் காற்றோடும் மரத்தோடும்
கோடை நிலத்தின் மேலாய்
என்னோடு தோன்றிடும் நிழல் தோறும்
பேசினேனே....

- கற்பகம் யசோதர

புதைகுழி

யுத்தம் என்ன செய்தது
யுத்தம் என்ன தந்தது
"அந்த" இராணுவ மென்னை வன்புணர்ந்தது
எனது இராணுவம் உனது தகப்பனை
கண்ணுக்கு முன்னால் கொன்று போட்டது
தனக்கு முன்னால் மண்டையில போட்டதால்
எனது அழகிய தீபன் வலிப்பு வந்து,
மூளை குழம்பி. குழம்பிய மூளையை திருத்து,
ஒரு ட்ரான்சிஸ்டர் றேடியோவைத் திருத்துவது போல.
யுத்தம் பழகிய பிறழ்வுகளைத் திருத்தி
உடல் இயந்திரத்தை இடையிடையே ஸ்தம்பிக்காது
ஓடச் செய் -
அவள்/ நான் தலையிலடித்தடி அழுகிறேன்/அழுகிறாள்
புதைகுழியை ஐ.நா. திறந்து திறந்து மூடுறது
விஜி! ஐ.நா. என்ன செய்கிறது
விஜி: *திறந்து திறந்து மூடுறது*
பிள்ளைகளின் கைகள் அபயக் குரல் எழுப்பியபடி
உயர்த்தப்பட்டு நின்றிருக்கினவா நிலத்துள்?
எலும்புக்கூட்டு நிலத்தைத் துளைத்து
பிரிய முத்தங்கள் அவரை அடையுமா
காட்டுத்தனமாய் வளர்ந்த
வாராத செம்பட்டை முடிகளும்
எலும்பு துருத்தும் நெஞ்சுகளும்...
அவள் தலையிலடித்-தடித்-தழுகிறாள்
நம்பிக்கையை
ஐ.நா. திறந்து திறந்து மூடுறது
தெய்வமே, நீ எங்கிருக்கிறாய்
நான் காற்றோடும் மரத்தோடும்
கோடை நிலத்தின் மேலாய்
என்னோடு தோன்றிடும்
நிழல் தோறும் பேசினேனே....

பிள்ளைகளின் பிணத்தில் நிலம்
பிள்ளைகளின் கனவில் கொலை
பிள்ளைகளின் விளையாட்டில் சூடு

யனவரி 24, 2007
ஐ.நா - ஐக்கிய நாடுகள் சபை

அவன் என்னுடையவன்

ஏதோ ஒரு நிலப் பிரதேசத்தில்
அவன் விழுந்து கிடந்தான்
வான் பார்க்க மறுக்கும் கண்களுடன்
தோழர்களுடன்
ஆசைகளைத் தூண்ட நடந்த மண்ணில்
நெஞ்சம் துளையுண்டு விழுந்து.
பிரக்ஞையற்றுக் கடக்கும்
“யாரையோ கொடியவர்களை”
எதிர்ப்பவர்கள் சொல்கிறார்கள்:
அனர்த்தம் விளைவிக்கு முன்
ஓர் மனித வெடிகுண்டு சுட்டுக் கொல்லப்பட்டது
“எதையோ” சார்பவர்கள் சொல்கிறார்கள்:
அவனுக்கு எமது வணக்கங்கள்.

உங்களிந்தக் கொடிய வணக்கங்களை
பயங்கரக் குற்றப் படுத்துதலை
கொண்டேயந்தக் கடலிலே போடுங்கள்!
எனக்கு அவன் பிள்ளை
அவன் என்னுடையவன்

உம் விசத்தைத் தாங்கிய
கருப்பையிடமிருந்து இழுத்து
இன்று தான் இந்த உலகம் அவனை
எடுத்தது போலிருக்கிறது
அதற்குள்
உமது வெறுப்பு எழுத்துக்களால்
என் சிசுவை மறைத்து
விழுந்த அவன் உடலை
நீரே உருவாக்கிய வெறுப்பினுள் தள்ளினீர்கள்

பிணக் குவியல்கள் கடந்து கடந்து
தேடிப் போன தன் பிள்ளைகளைக் காணாமலும்
கிடந்த
ஒவ்வொரு பிள்ளைக்காகவும்
சத்தமற்று அழும்
தகப்பனுடன்
நானிருந்து அழுகிறேன்
"...இங்க அநியாயமாய்ப் போற எல்லாரும்
ஆரோ ஒரு தாயிட பிள்ளைதானே"
என்றொலித்த விஜியின் குரலில்
அடியுண்ட சனங்களின் துயரங்களின் சூட்டில்
உலர்ந்துபோன இதயத்துடன்.

பக்கத்தில் அவளின் குரலுக்கு
தயாராய் இருக்கும்
நக்கல்ச் சிரிப்புடன்
அக்கறையற்ற ஆண் குரல் வெடுக்கென உள்ளிடும்
"இப்ப அத ஆரு இல்லையெண்டது?"

அவர்களால் -
அலட்சிக்கப் பட்டவளாய் -
களைத்துப் போயும் கேட்பாரற்றும்
நான் வான் பார்த்துக் கத்துவேன்:
மகளே.. எனது மகளே..

நெஞ்சின் கதகதப்புள்
பாலருந்திச் சுருண்டிருந்த சிறு பூனை
எனது சிருஷ்டி.
சோட்டியைப் பிடித்தபடி திரிந்த பிள்ளையைக்
கொண்டு போனீர்கள்
குண்டுதாரியென வீரரென வந்து சொன்னீர்கள்
ஓ.. ஓர் பிணத்திடம் சொன்னீர்கள்!

உங்கள் வார்த்தையாடல்களைக் கொண்டே
"அவளை" இழுத்தெழுத்த -
அந்த -
பாழ் கிணற்றில்ப் போடுக.

அவளைப் போலவே
வஞ்சத்தில் கொல்லப்பட்டு
நாளை அவை உம் நீர் நிலைகளை நிறைக்கும்
தெருத் தெருவாய் சொல்லொணா வேதனைகளைக்
கேட்டுக் கேட்டு
சைக்கிளில் ஓடிக் கொண்டிருந்தவளிடம் - இறுதியில்
"அழுவதுக்கு இனிமேல்
என்னிடம் கண்ணீர் இல்லையக்கா"
என்றவளோ அவள்?
அருந்தும் நீரில்
அவ(ள்க)ளது கண்ணீரின் அமிலச் சுவை
பழகியே போய் விட்டதா....?

மார்ச் 2007

இறுதி வார்த்தைகள்

குருவிகளின் இருத்தல் தெரியாத
வானில் அவை பறப்பன தெரியா
அடர் பெரும்
காடுகளுள் அழைத்துச் செல்லப் படுவேன்
நீங்கள் எத்தனை பேர்?
இழுத்துச் செல்லப் படுகிற ஒவ்வோர் நொடியும்
காலில் அடிபடுகிற சருகுகளின் சரசரப்புள்
இழுவுண்டு...
ஆசை முகங்கள்
வந்து
வந்து
போ க...

உங்களில் எத்தனை பேரோ....
நாயொன்றை துன்புறுத்துவது போல
வேசையை அவமதிக்க
சனக் கூட்டத்தில் ஆடையைக் கிழித்து
அவளது உடலில்
எச்சில் துப்புவது போல
சிறு குழந்தையைத் தூக்கி
மதிலில் குத்துகின்ற மூர்க்கத்துடன்
இதுகாலும் *நானறிஞ்ச* வன்முறைகளின் சேர்வு மைய்யமாய்(/ம்)
ஜோனி கிழிய்யக் கிழிய்ய்ய -

என் பெரும் ஓலத்தில்
வெறியுறும் உம் உறுப்புக்கள்
ஆயுதங்களாகின்றன
அமத்தியிருக்கும் கைகளோ
தசைகளைக் குதறுவதில்...
ஓநாயின் பற்களுக்காய்

என் உயிரிருந்து
ரத்தம் கொப்பளிக்கிற (இ)றைச்சித் துண்டுகள்
காலிருந்து, தொடையிருந்து,
மாரிருந்து, உதடிருந்து....

அடர்காடு மறைக்கும்
வானமோ தெரியவில்லை
பலி வேண்டும் முகங்களோ புலனிருந்து மறைஞ்ச படி...
வலுவற்று எதிர்க்-கெதிர்க்க
உற்சாகங் கொள்ளும் உங்களிடம்
தலைமயிரப் பிடிச்சு நிலத்தில அடிக்க
கண்சோர மயங்கி, விழிக்கும் ஒவ்வொரு சிறு கணமும்
தரையில் அடிச்சு நொறுக்கப்படும் உடலின் மிச்ச சக்தியுடன்
மன்றாடிக் கேட்கிறேன்:
பிறகும், பிறகும்
என்னை விட்டு வையுங்கள்
என்னிடம் உயிரை விட்டு வையுங்கள்
நான் வாழ வேண்டும்
எவனு/ளுடனோ
இந்த வாழ்வை
... “இருத்தலின்” பெரும் வலிமையுடன்
தயவுசெய்து,

பிரகாசமான நாட்களில் தெளிபுறும் வானத்தின்
அலைமோதல்களுடன்
சைக்கிளை மிதித்தபடி
ஓர் அருமையான அறுவடைகாலம்
நான் வாழ்ந்த தெருக்களுக்கு
என்னிருப்பு மீண்டிட
காடுகளே உம்மை விலக்குங்கள்
ஓநாய்களே
இனி என்னை அகலுங்கள்
(பிறகும் பிறகும்)

ஆனால்;
ஒரு விடியலில்
கிண்டப்பட்ட புதைகுழிக்குள்
பாழ் கிணறொன்றில்

கண்டெடுக்கப்படும் ஒன்றாய்
அழுகிய நாறிய *அழிஞ்ச* ஒன்றாய்
என் தாய்க் கிழவியின்
ஒப்பாரி ஓலங்களினிடையே
மேலே இழுக்கப்படுவதற்காய்
காலுகளே
என்னை விட்டுச் செல்லாதீர்கள்
கைகளே
என்னை கைவிட்டு விடாதீர்கள்.

ஓர் முத்தத்தின் பேரியக்கத்தில்
ஆயுதங்களின் விறைப்புகளுக்கு அப்பாலாய்
நானும் வாழ வேண்டும்
நான் பிறந்து வந்த இந்த இடத்தில்
பிரியமுன் (என்னினிய) அவர்களிடம் சொல்வதற்கு
எனதாய்
இறுதி வார்த்தைகளின் உரிமையுடன்
காலுகளே
ஆயுதங்கள் ஆகிய உடம்புகளே
(பிறகும், பிறகும்)
ஒரு அருமையான அறுவடைக்காலம்
நான் வாழ்ந்த தெருக்களிடம்
என்னிருப்பு மீண்டிட
தயைகூர்ந்து கருணை காட்டுங்கள்

2007

வரலாற்று மறதி

என்.டி.ராவின் வரிகள் அறுத்துக் கொண்டோட
"என்னில் ஏதோ ஒரு தொலைவு நிகழ்கிறது"
"நீ" என்றவொன்று அற்ற
"நான்" தொலைந்து போகிற இடத்தில்
பெயர்களும் அழுகைகளும் மிச்சம்.
எனிலும்: மிகவும் நியாயமானது அவர்களதுலகம்.
நீயென்றும் நானென்றும் கட்டமைக்கப்படுதலில்
பிறர் நடாத்தாவிடிலும்
எமை நாமே உன்னதப் படுத்துதல் ஓர் சடங்கு.
"எழுதப்படுகிற வரலாற்றில்
"எழுத்து" எங்களை நினைவு வைத்திருக்கும்
அஃதால்
காலம் எங்களை நினைவு வைத்திருக்கும்"
ஆக,
இது தம்மை எழுதத் தெரிந்தவர்களது பூமி.
தொலைந்து போகிறவர்களை யாரும் தேடுவதில்லை
அந்தக் காட்டுக்குள் தீவுக்குள்
நிச்சயம் யாருமும் யாரையும் தேடி வரப் போவதில்லை
எழுதப்பட்ட வரலாற்றிலிருந்து
எனது தகப்பன்
விலகி விழுந்த நிலத்தில்
நான் விலகி வி ழ
தொலைந்ததன் தடயங்களற்றுத் தொலைந்த -
மனுசர் என்பதன்றி வேறொன்று - மற்றவர்களது
எலும்புகள் மண்டையோடுகள்
கால்களிற் தடக்கின்றன
சதையை உறிஞ்சிச் சடைத்த
காடோ நித்திய அமைதியுடன்.
உயிரிருக்கிறது கொஞ்சம்.
தேடி வருவார் காணோம்.

வலி மிகும் கதைகளால் நிறைந்த மூளை
என்றோ தன் நாளங்கள் வெடிக்கக் காத்திருக்கும்.
அதனுள்ளிருந்து அவள் கிடந்து அழுகிறாள்
ஓயாது
பேசுவதுக்கு யாருமற்ற அறையினுள்
மரணம் எழுந்து எழுந்து ஓய
விழாத பிணத்துக்காய் அழாதே அம்மா.
செத்த வீடுகளின் ஒட்டுமொத்த
கதறலைக் கொண்டரும் உனதொலியில்
வீடு உடைந்து கொட்டுகிறது
விழாத பிணத்துக்கு மாற்றான
"உயிருடன் நடமாடும் ஒன்று"
உன்னுடைய பேரதிர்ஷ்டம்.
உன் துணையின் இருதயம்
- இடையறாது இடையறாது -
இன்னமும் அடித்துக் கொண்டிருப்பது
மகத்தான இந்த நாளின் கொடையன்றில்
வேறென்ன?
போர் நிலத்தில்
இவ்விதம் அருளிய
"அறுந்த" தேவனின் மகா கருணையை
இழிவு செய்து
அழுதோய்ந்தும் நிறுத்தாது
மீண்டு
விசும்பும் உன் முகத்தின் துயர்
என் இளமையைச் சாகடிக்கிறது;
வெறிக்கும்
உன் கன்னங்களில்
நில்லாது ஓடும் ரத்தம்
கொலையுண்ட ஆடொன்றினுடையதாகவும்;
ஏமாற்றிக்
கொல்லப்படுமுன் நீருற்றிக் கழுவப்பட்ட
அவ் ஆடொன்றின் முகம் என்னுடையதாயும்;
ஆட்டின் கண்களும்
கொல்லப்படுவதுக்கு முன்-பின் பெருமோலங்கள்
உன்னுடையதாகவும் எதிர்வருகின்றன..
சுடுகுழல்கள் நெருங்குகையில்

அங்குமிங்கும் ஓடியும்
மண்ணள்ளித் தூவியும்
எமன் அருண்டு போகக் கத்த்த்த்...தி

எதுவுமே பலிக்காது
கேவலம்,
சிறு குண்டுகளின் முன் ஏமாற்றப்பட்டு
- ஈற்றில்
எப்போதுமே ஏமாற்றப்படுகிறவளாய் ஆகி -
பறிகொடுத்த நினைவுகளை அழிக்க
(தெருவெங்கும்
பாலை வெளியெங்கும்)
விசரியாகி ஓடினாய்...

நீ தொலைந்த வழிகளில்
ஆள் தெரியாக் காடுகளுள்
திரும்பி நடந்தேன்.
எம் கண்ணீரைத் துடைக்கும் கரங்கள்
தாம் புதைந்திருந்த
நிலத்துள்ளிருந்து முளைவிட்டு
நான் நடக்க நடக்க
என் கால்களைக் கட்டிக் கொண்டன.
சளைத்த மரங்களின் கீழே
அவர்கள் கை பிடிபட்ட இடமெங்கும்
எனது சிறிய சகோதரியின் வாசனை.
உணர்ந்து திகைக்கையில் -
அவள் நிசப்தத்தைக் கலைக்கிறாள்:
"நீ கூட என்னை, எப்படி மறந்து போனாய்?"

எழுத்தில் உருகி
இறவாவரம் பெற்றவர்கள்
சொன்னால் நம்புவார்களா
அவற்றிலிருந்து வரும்
தன் ஆசை மகவின் வாசனை சூழ
அம்மா மலைத்து நின்றதை.
பிறகு
தொலைந்து போனவர்களது காட்டுள்
அவளும் தொலைந்து போனதை.

ஒலிக்காத இளவேனில் 150

தொலைதலில்
வலுக்க முடியாத பாரத்துடன் எழுந்த ஓலம் தாங்காது
வானம் திரையென விழுந்து
நாடகம் நின்றதை.

யனவரி 11, 2008

-“என்னில் ஏதோ ஒரு தொலைவு நிகழ்கிறது” தமிழகக் கவிஞர் என்.டி. ராஜ்குமாரது வரிகள்

"என் குருதியின் நிறத்தை தேடாதே...
நானும் தொலைந்து போய் விடுவேன்...
என் குருதி, உன்னதைப் போல் சிவப்பானதே
நண்பா"

- றெஜி

தெரியா விம்பங்கள்

பயங்கரமான இருள் நிறைந்த இரவுகள் எம் வாழ்வானது.
நீல வானம் கறுப்பானது.
எம் பச்சை வயலும் தரையும் சிவப்பானது.
எம் கண்ணீர்பட்டு தண்ணீர் கூட இரத்தமானது.
ஐயோ ஐயோ இது கனவல்ல.

போகும் வழியெல்லாம் இரத்த வாடையுடன் பிரேதங்கள்.
இல்லை இல்லை இவர்கள் பிரேதங்களே இல்லை
என் அம்மா, என் அப்பா, என் பிள்ளை, என் அக்கா, என் அண்ணா, என் நண்பர்கள்.
மனிதர்களை மனிதர்களே அழித்துவிட்டார்கள்...

அருகில் இருந்து கட்டியணைக்க
கண்ணீர் வற்றும் வரை கதறியழ இயலாமல்

என்னைச் சுற்றிப் பல துப்பாக்கி முனைகள்:
பயங்கர ஆண்களால், என் சகோதரியின் உடல்
பலாத்காரப் படுத்தப்பட்டு, பயத்துடன் விறைத்துக் கிடக்கிறது
இரத்தக் கறைகளுடன், கால் இழந்து கையிழந்து தரையில் துவண்டு
அலறும் என் சகோதரர்களின் குரல் அதிகரிக்கின்றது
இறந்த பெற்றாரை எழுப்பத் தரையில் கதறும் எம் குழந்தைகளை
மிதித்து செல்கின்றன, வழி தெரியாப் பாதங்கள்.
பயங்கர செல் துண்டுகளிடம் இருந்து - இரு உயிர்களைக் காப்பாற்ற,
ஓடிய கர்ப்பிணி தாயின் இரண்டு கால்களும், சிதைக்கப்பட்டு தரையிற் துடிக்க
செல் துண்டுகள் என்னையும் சிதைக்க ஓடி வருகின்றன.
நானும் பிணமாகமாட்டேன்.
அந்த பயங்கரமான ஆண்களால் பலாத்காரப் படுத்தப்பட

மாட்டேன்
என்னை சுற்றி ஆறாக ஓடும் என் பிள்ளைகளின் இரத்த கண்ணீரையும்,
சிதைந்து கிடக்கும் என் சகோதரனின் உடலையும் தொடர்ந்தும் பார்க்க மாட்டேன்
(எமது காயங்களும் சிதைந்த உடல்களும் தெரியா விம்பங்களாயின.)

ஓடினேன்.... முடியவில்லை
உறங்க வீடு
உயிர் வாழ உணவு
இரத்த வாடை கொண்ட சிவப்பு ஆடையை மாற்றத் துணி
காயங்களுக்கு மருந்து
கட்டியணைக்க கரங்கள் இல்லை
அன்பான வார்த்தைகள் கூற யாருமே இல்லை
எமது காயங்களும் சிதைந்த உடல்களும் தெரியா விம்பங்களாயின.

பயங்கர கொடுமைக்காரர்கள் எமது கர்ப்பப் பை சிதைத்தார்கள்
தோழர்களின் கோபங்களால்
எம் காயங்களின் மேல் துப்பாக்கியை நடக்கச் செய்தார்கள்.
சமாதானம், மனித உரிமை பேசும் என் நண்பர்கள் கூட
மக்கள் குரல் கேட்காது போனார்கள்.

அயல் நாட்டு நண்பர்கள் இறந்து கிடக்கும்
எம் குழந்தைகளின் உடல் மேல் போர் ஒப்பந்தம் பேசிக் கொண்டார்கள்
பலம் வாய்ந்த தலைவர்கள் தம் பதவி வெறிக்கு
வறுமையில் வாழும் முகம் தெரியா
எம் காக்கி சட்டைச் சகோதரனை இரையாக்கி கொண்டார்கள்.
உலகநாட்டுப் பிரதிநிதிகள், பலம் வாய்ந்த ஆண்களை காப்பாற்றுவதிலும்,
பயங்கரவாத சட்டத்தை நிலை நாட்டுவதிலும் அக்கறை கொண்டார்கள்.

எம் நிலைகண்டு: அனைத்தும் கற்பனை என்றார்கள் - என் நண்பர்கள்
சுதந்திரத்தின் இறுதிக் கட்டம் என்றார்கள் - எம் நாட்டின்

காவலர்கள்
எம் இரத்தம்,
எந்தப் பகுதியை சார்ந்தது என்ற பரிசோதனைக்குத்
தயாரானார்கள் - என் தோழர்கள்
பயங்கரவாதம் என்றார்கள் - பிற நாட்டு நண்பர்கள்.
எமது காயங்களும் சிதைந்த உடல்களும் தெரியா விம்பங்களாயின

பல வழிகளில் என் குரலை உயர்த்திக் கூறினேன்:
இல்லை: இவை கனவுகளும் கற்பனைகளும் அல்ல
இல்லை: சுதந்திரமும் அல்ல:
இல்லை: பரிசோதனையும் பயங்கரவாதமும் அல்ல

இவை:
எம் இரத்தக் கண்ணீர் ஆறுகள்
இரணத்துடன் கிழிந்து கிடக்கும் காயங்கள்
வலியுடன் இணைந்த குமுறல்கள்
அமைதியை தேடும் விலையற்ற உயிர்கள்.

30 ஆண்டுகளாக -
எம் உடல்
துப்பாக்கிகளாலும், செல் துண்டுகளாலும்
துளைக்கப் பட்டு
சிதைக்கப் பட்டு
வீதியில்க் கிடப்பது
- எப்படி உன் கண்களுக்கு தெரியாது போனது?
நின்மதி தேடி
சமாதானம் தேடி,
ஓடும் எம் பாதங்கள்
- எப்படி உன் கண்களுக்கு தெரியாது போனது?
எம் குழந்தைகளின் பிரேதங்களை
- உன் கண்கள் எப்படிக் காண மறுத்தன?

எம் கர்ப்பப்பையை
- உன்னால் எப்படி சிதைக்க முடிந்தது?

துப்பாக்கியும் செல் துண்டுகளும் பயங்கரமான பாதங்களும்
எம் முகத்தை அழித்து விட்டன.
எம் குரலைப் புதைத்து விட்டன

எமது குழந்தைகளின் பிணங்களின் மேல் - நடத்தும் போர்ப்
பேச்சை;
பயங்கர துப்பாக்கி முனைகளுக்கும், கொடூர கொலைகளுக்கும்
துணை போவதை;
எம்மை, எம் குழந்தைகளின் எதிர்காலத்தை
அழிக்கும் உன் அநியாய செயல்களை நிறுத்து

வன்முறையை
இரத்தம் காண்பதை
பசிக் கொடுமையை
எம் காயங்களைப் பார்க்க மறுப்பதை
நிறுத்து

பயங்கரமான உன் பாதங்களாலும் துப்பாக்கிகளாலும்
எம் குரல் புதைக்கப்பட்டு, அழிக்கப்பட்ட போதிலும்
உங்கள் பாதங்கள் எம் காயத்தின் கசிவை உணரும் வரை
உங்கள் செவிகளில் எம் குரல் கேட்கும் வரை
உரத்துக் கத்துவோம் "யுத்தம் வேண்டாம்"

2009

□ பிற்சேர்க்கை I

ஒலிக்காத இளவேனில் 2006 - 2007 (சில கேள்விகள் குறிப்புகள்)

2003 - ஒரு கோடை காலம்: பெண்களின் கவிதைகளைத் தொகுப்பது பற்றியெழுந்த ஓர் எண்ணம் சாத்தியப்படாமைக்கு எமக்குத் தடைகள் இருந்தன.

குழுக்களைச் சார விரும்பாத தொகுப்பாளர்களாய் (பெண்களாய்) நாம் இருந்ததும்; தனிப்பட்ட எங்களுடைய தொடர்புகள் மற்றும் ஈழத்துடன் தொடர்ச்சியற்ற, அரசியலற்ற - பதிப்பகங்களூடாகப் புத்தகம் கொணருவதையிட்டு, இடைத் தரகர்கள் ஊடாக பதிப்பகங்களை அணுகுவதிலும் எமக்கிருந்த விருப்பின்மைகள் என வேறும் காரணங்களால்த் தடைப்பட்ட போதும், இத் தாமதமும் கூட பெண்களின் சொற்பமான தொடர்புகள் (ஆண்-வழிப் பதிப்பகங்கள்) நிர்ணயிக்கிற ஒன்றாகவே படுகிறது.

இத் தொகுப்பிடம் நாம் மீள்கிற இந்தக் காலம், 2002 கைச்சாத்திடப்பட்ட யுத்த நிறுத்தம் முடிக்கப்பட்டு, மீளவும் ஈழ-இலங்கை யுத்தம் ஆரம்பித்து விட்டது. 1980-90களிலிருந்தும் மாறுபட்டு அதி தீவிரமாய் கொடும் யுத்தம் (அழிவின் இன்னொரு முகம்) திரும்புகிறது. கடந்த காலங்களில் யுத்தத்திடம் அதன் ஆயுதங்களிடம் தம் இளமையை இழந்த 80களின் தலைமுறையும் அவர்களது மற்றும் அவர்களுக்கு அடுத்த புதிய தளிர்களும் யுத்தத்துள் சிக்குகின்றனர்.

இக் காலப் பகுதிகளில் ஈழ அரசியலுடன் தொடர்புடைய அல்லது அப் பிரதேசப் பின்புலத்தை உடைய பெண்களின் எண்ணங்களே இங்கே இணைந்திருக்கின்றன.

மேலும், இதுவொரு புலம்பெயர்ந்த இலங்கைப் பெண்களை மையப்படுத்திய தொகுப்பே ஆகும். எமது குறுகிய தொடர்புகளுக்கமைய இலங்கையிலிருந்து பெண்கள் நால்வர் எழுதியிருக்கின்ற போதும், யுத்தம் நடக்கிற பிரதேசம் உட்பட இலங்கையின் ஏனைய பகுதிகளது பெண் குரல்கள் இங்கே உள்ளடக்கப் படவில்லை. அறிமுகத்தில்

குறிப்பிடப்பட்டுள்ளது போல, யுத்தத்தின் தொடர்ச்சியான நம் புலம்பெயர் சூழலிலும் - தம் பிள்ளைகளை வன்முறைக்கு தாம் பெயர்ந்த நிலங்களின் அரசியல்களுக்கு பறிகொடுக்கும் அவலத்தையும், விளிம்புகள் எனப்படும் சமூகத்தில் கீழ்நிலைகளாய் இருப்பவர்களை நோக்கிய அவதானங்களை முன்வைத்தலுமே இந்நூலுக்கான எமது பின்னணியாய் இருந்தது. எம்மை அச்சுறுத்தும் வன்முறையான ஒரு காலத்தைப் பதிவு செய்ய, பிரேரிக்கப்படுகிற புலம்பெயர் கவிஞர்கள் எனப்படாதவர்களை நாம் தேடிச் செல்லும் பொருட்டு உருவான ஒன்றே இத் தொகுதியாகும்; அதே தேடல், ஈழத்தில் உள்ள வெளித் தெரியாத படைப்பாளிகள் தொடர்பாகவும் வருதல் அவசியமானது என்கிற புரிதலுடனேயே இத் தேடல் தொடங்கியது.

இச் சந்தர்ப்பத்தில் மீளவும், "பெண்களின் கவிதைகள்" என்கிற அடைமொழி எங்களளவில் ஒரு மேலதிக தகவலே / அம்சமே தவிர இக் கவிதைகளை நிர்ணயிப்பதற்கானது கிடையாது என்பதைக் கூறவேண்டும். அத்துடன், இத் தொகுதி வெளிவருகிற பொழுது, "பெண்" அடையாளமும் ஏனைய விளிம்புகளினை ஒத்தது என்கிறதை விளக்க வேண்டிய கட்டத்தை- பல தொகுப்புகளூடாக, உரையாடல்களூடாக - கடந்து விட்டிருக்கிறோம். எமதல்லாத / எமது கட்டுப்பாட்டுள் அடங்காத காலங்களைப் பார்த்துக் கொண்டே சலனமற்றுக் கடக்கும் வலியின் உறைவே இது.

1

இவ் இடைப்பட்ட காலத்தில், "சுவிஸ்" றஞ்சி, "ஜேர்மனி" தேவா ஆகியோர் தொகுப்பில் மை தொகுதி (ஊடறு வெளியீடு, 2007) மங்கையின் தொகுப்பில் "பெயல் மணக்கும் பொழுது" (இந்தியா, மாற்று பதிப்பகம், 2007) என்பன இலங்கைப் பெண்களது கவிதைகளுடன் வெளிவந்தன.

1. (மை) கவிதைகள் குறித்த "தர அளவுகோல்களின்றி" "பெண்கள் எழுதியவை"யைத் தொகுத்தல் எனவும்

2. (பெயல் மணக்கும் பொழுது) "ஈழப் பெண்கள்" (என்கிற நெகிழ்வு மனநிலையுடன், அவர்கள்) எழுதியவையை தொகுத்தல் எனவும் வகைப்படுத்தலாம்.

பெண்களது இந்த இரு நூல்கள் வெளிவருவதற்கு முன், தமிழவனின் தொகுப்பில் "ஈழத்தின் புதிய தமிழ் கவிதைகள்" (காவ்யா : முதற் பதிப்பு 2005) நூல் வெளிவந்திருந்தது. அதில், புதிய கவிஞர்களில் ஈழத்தின் மூத்த தலைமுறைகளான சண்முகம் சிவலிங்கம், ஜெயபாலன்,

நுஃமான், சேரன், சிவசேகரம் தவிர அவர்களுக்கு அடுத்த தலைமுறைகளான ஆத்மா, நட்சத்திரன் செவ்வியந்தியன், ஆழியாள் கூட 1990களைச் சேர்ந்தவர்களே (கவனிக்க: இந் நூல் 2005ம் ஆண்டு வெளிவந்தது). அவர்கள் எழுத வந்து - கவிதை எழுதாமலும் விட்டிருக்கக் கூடிய - ஒரு 15 ஆண்டுகளுக்குப் பிறகு இத் தொகுத்தல் என்பது, ஒருவகையில் இலங்கையில் நடந்துகொண்டிருக்கும் யுத்தம் தொடர்பான (அதன் விளைவுகள் சற்றேனும் தெறிக்கிற சமகாலத்தைய இலக்கியங்கள் தொடர்பான) அது அறிமுகமான அவரவர் காலப்பகுதியை மையப்படுத்திய ஒரு தேக்க நிலையையே அறிவித்தது. உலகமெல்லாம் புலம் பெயர்ந்து - பரந்து வாழும் ஈழத் தமிழர்களில்,

- 1980களிற்கு முன்னர் புலம்பெயர்ந்தவர்கள்
- 1980களில் புலம் பெயர்ந்தவர்கள்
- 1990 - 1995களில் புலம்பெயர்ந்தவர்கள்
- 2000-இல் புலம்பெயர்ந்தவர்கள்

என்கிற அடுக்குகளில் ஒவ்வொருவருக்கிடையே உள்ள மாபெரும் அரசியல், பொருளாதார வேறுபாடுகள் ஒருபுறம் இருக்க, ஒவ்வொரு அடுக்குகளிலும் உள்ள அவர்கள் ஒவ்வொருவரையும் தாம் இலங்கையை விட்டுவந்த அந்தந்தக் காலத்தில் “தேங்கியவர்கள்” எனவும் சொல்லலாம். தாம் விட்டுவந்த அந்தக் காலப் பகுதிக்குரிய அரசியலையே அவர்கள் பேசியபடி இருப்பார்கள். இன்று போரை முகங் கொடுக்கும் இலங்கையுள் வாழும் மக்களை நோக்கி அவர்களது அரசியல் நோக்கு முன் நகராது. அதையொத்த ஒரு செயலே தமிழவனின் தொகுப்பாக்கத்தின் அறமுமாக இருந்தது. கவிஞர்கள் அடங்கிய அத் தொகுதியில் பெண்களாய்: ஆழியாள், ஊர்வசி, ஔவை, சிவரமணி, செல்வி, மேஜர் பாரதி ஆகிய ஆறு பெண்களது கவிதைகள் தொகுக்கப் பட்டிருந்தன.

2

பெரிதுவக்கப்படும் ஈழப் பெண் குரல்கள் 1980, 1990களிற்குப் பிறகு என்ன ஆயின? அப்போதுங் கூட பதினொரு ஈழத்துக் கவிஞர்கள்(1984)-இல் இல்லாத பெண்கள், மரணத்துள் வாழ்வோம்(1985)-ல் “நம்பிக்கை தந்த” *சில* பெண்கள், 1980களின் பெண்கள், 1990களின் ரெண்டொரு பெயர்கள்... மைதிலி, ஆழியாள், பின் ஆகர்ஷியா மற்றும் போராளி கவிஞர்கள்... அவற்றைத் தவிர? அவற்றின் பிறகு?

பெண்களின் மௌனம் யாரையும் தொந்தரவு செய்ததில்லை

(பெண்களையே கூட! இத் தொகுப்பில் எழுதிய பெண்களில் அனேகமானவர்கள் இத் தொகுப்பு தாமதமான போதிலும் தங்களது கவிதைகளை வேறெங்கும் பிரசுரித்திருக்கவில்லை. அது, பெண்களாய்த் தமது எழுத்துக் குறித்த அவர்களது அலட்சியத்தையும், தன்முனைப்பின்மையையுமே வெளிப்படுத்துகிறது); அவர்கள் கொல்லப்பட்டிருந்தாலோ தற்கொலை செய்திருந்தாலோ தவிர அவர்களது மௌனத்தில் அதிர்வுகள் என்று சமூகத்தில் எதுவும் இருந்ததில்லை. அந்தந்தக் காலப் பதிவுகளாய் அவர்களது பிரதிகள் காற்றில் எழுதப்பட்டு மறக்கப்பட்டும் விட்டன.

80கள் தொடங்கி, பிறகும் இந்த யுத்த காலங்களில் பாதிக்கப்படுபவராய் - சகல வன்முறைகளதும் இலகு இலக்குகளாக - பெண்களே இருக்கின்ற போதும், இது வரையில், தம் துயரை, எதிர்ப்பை, அறியப்படுகிற நம் "கவிஞன்"களைப் போல ஒரு அரசியலாய்க் கொண்டு சென்ற, ஒரு பெண்ணைத் தானும் இலக்கியத்தில் குறிப்பிட / அறிய முடியவில்லை (அல்லது, அந்தக் குரல்களை யாரும் கொண்டு செல்லவில்லை; உரத்துப் பிடிக்கவில்லை எனலாமா?) கடந்த காலங்களில், இலங்கைக்கு வெளியிலும் சரி உள்ளேயும் சரி இதுவே யதார்த்தமானது.

3

"ஈழம்" மையப்படுத்தப்பட்ட வெளியீடுகளில் பெயர் கூறல்களை ஓர் வன்முறை போலவே நாம் செய்து வருகிறோம். சிவரமணி கூட விரும்பியிருக்க மாட்டார், இந்தக் காலத்தையும் தானே பிரதிபலித்துக் கொண்டிருப்பதை ("எந்தக் காலமும் இதைவிடச் சிறந்ததல்ல" என நிகழ்காலத்தைப் பாடியவர் அவர்). காலம் சிவரமணியிலும் செல்வியிலும் உறைந்து நிற்றலோ, காலம் தாழ்த்தி அவர்களை அறிந்துகொள்ளும் வாசகர்களுக்காக ஈழ நிலவரமும் அக் காலத்திலேயே நிலைகொள்ளலோ சாத்தியமில்லை.

அவர்கள் அக் காலத்தின் குறியீடுகளாக இயங்க, இன்று(ம்) தமது ஆண்குறிகளோடும் ஆயுதங்களோடும் துவக்குகளோடும் திரியும் "தமது" இன + சகோதர, சிங்கள இன ஆண்கள் குறித்து மீளவும் நெருக்கடியுறும் ஈழ நிலவரம் குறித்தும் பெண்களின் குரல் (வன்னியிலிருந்து, மட்டக்களப்பிலிருந்து, யாழிலிருந்து, தீவுப்பகுதிகளிலிருந்து - எந்த அதிகார அமைப்புகளிற்குள்ளும் அடங்காது) "உரத்துக்" கேட்கவில்லை என்பதே கசப்பான நியமாக உள்ளது. இன்றைய "ஈழத்துப் பெண் கவிதை" என்பது மதிப்புக்குரிய எமது தமிழகத் தோழர்கள் எழுதுவது

போல ஓர் கிளர்வூட்டும் படிமம் அல்ல. அது தோற்றுப் போனது கூட அல்ல. அது இன்றைக்கு ஒரு இயக்கமாக - ஒலிக்கிறதா என்பதே எமது கேள்வியாக இருக்கிறது. அதற்கு இலங்கையில் வெவ்வேறு பகுதிகளில் வசிக்கிற தமிழ் - முஸ்லிம் - பிற இலக்கிய ஆண்கள் தமக்கெதிரான ஒவ்வொரு குழுக்களைக் கைகாட்டித் தப்பிக்க முடியும், தம் பொறுப்பெடுத்தலைத் தவிர்த்து. ஆனால், யார் யாரின் தணிக்கைக்கும், ஒட்ட நறுக்கும் விமரிசனங்களுக்கும் அமைய பெண் குரல் தடுக்கப்படுகிறதோ!

அதனைக் கேட்க, ஓர் இலகுவான சடங்குபோல "ஈழம்" "இலக்கியம்" என்பதை குத்தகை எடுத்துள்ள எழுத்தாள ஜாம்பவான் களால் தரப்படுகிற பட்டியலை ஒப்புவித்துக் கொண்டிராமல், இன்றைய நாளின் தன் வலியைப் பாடும் வெளித் தெரியாத குரல்களை தேடிச் செல்ல வேண்டியிருக்கிறது.

4

போராளிப் பெண் குரல்கள் எவ்வளவு முக்கியத்துவம் வாய்ந்தனவோ, அதுபோலவே, எமது அரசியல் காட்சிகளின் மாற்றங்களுக்கமைய ஒரு கணத்தில் போராளிகளாய் அற்றுப் போகும் பெண்களது குரலும் முக்கியமானதே... சமாதானக் காலத்தில் மட்டக்களப்பில் வெருகலில் பிளவு நடந்த ஒரு கணத்தில் அவர்கள் போராளிகளற்றுப் போனார்கள். அவர்களது எதிர்காலம் ஒரு கணத்தில் அச்சுறுத்தலுக்குள்ளானது. தேசீயம், தான் அவர்களிடம் முன்பு தந்த சீருடையின் பாதுகாப்பைக் கூட வழங்க மறுத்தது (அப் பிளவிலும், தமக்குள் கொலையாளியாகவும் கொலையுண்டவர்களாயும் எம் இனச் சகோதரர்களே ஆனார்கள்). அவ்வாறே இக் காலப்பகுதியின் கிழக்கு இடப்பெயர்வுகளும் யாழின் இராணுவ கட்டுப்பாட்டுள்ளும், வன்னியின் போர்ச் சூழலினுள்ளும் சகல அரசியல், பிராந்தியப் பிளவுகளுக்கும் தம் பிள்ளைகளைப் பறிகொடுத்தவர்களாய் இறுதியில்ப் பெண்களே இருந்தார்கள். மாறும் ஒவ்வொரு அரசியல்ச் சூழலிலும், இலங்கை நிலவரங்களுள் பெண்ணாக வாழ்தல் என்பது சகல இராணுவங்களையும் பால்-இன அடையாளத்துடன் எதிர்கொள்கின்ற நிகழ்வாகும். ஒரு போராளிப் பெண்ணாய் மலைமகள் போன்ற பெண்களது சிறுகதைகளது பகுதிகள் வெளிப்படுத்தியளவு கூட - தமிழ்த் தேசிய ஆயுதக் கட்டுப்பாட்டுக்குள் இல்லாத - ஏனைய பிரதேசங்களிலிருந்து வெளிப்படுத்தப் பட்டதா? படின், அது கவனிக்கப் பட்டிருக்கின்றதா?

இலங்கையை / ஈழத்தைப் பொறுத்தவரை அவர்கள் எதிர்கொள்கிற வாழும் சிக்கல்களுக்குள்ளால் மாபெரும் கவிதைகளை

எழுதுவது அல்ல எமது எதிர்பார்ப்பு; “ஈழப் பெண் குரல்” என அது றொமான்ரிக் படுத்தப் படுவதுமல்ல. எத்தகைய - ஆண் அரசியல் குடும்ப கடப்பாடுகள் கட்டுப்பாடுகளூடாக அவர்கள் தங்களை வெளிப்படுத்துகிறார்கள் - அவற்றின் அரசியல் - என்பதே கவனிக்க வேண்டியது. சகஜீவியாய் அவள் தன்னை வெளிப்படுத்த விடாத சமூக அமைப்பு அதற்கான பொறுப்பை எடுக்கவும் அதை மாற்றுவதற்கான செயல்களில் இறங்குதலுமே அடுத்த எதிர்பார்ப்பாய் இருக்க முடியும்.

5

ஈழத்தை மையப்படுத்தாது, பெரும்பான்மையாய்ப் புலம் பெயர்ந்தவர்களையே கொண்டிருக்கிற இத்தொகுதி இவற்றை ஓர் அவதானமாகவே முன்வைக்கிறது. நெருக்கடியுறும் சமகாலத்தின் ஓலம் எம் காதுகளை எட்டாதபோது இறந்த காலத்தின் பிரதிகளை, உச்சரித்துக் கொண்டிருப்பதே அபத்தமாகத் தோன்றுகிறது; ஐக்கியமற்ற இலங்கைக்குள்; தமிழ் பேசும் மக்களை உடைய பல்வேறு பிரதேசங்களை, அவற்றின் மாறுபட்ட மனநிலைகளை அறியாது அதை “ஒன்றாகப்” பார்க்க முனைவது அதன்மீதான மாபெரும் வன்முறையாகவும் படுகிறது.

அந்த வகையில், “இரத்தத்துடன் யுத்தம் நடக்காத”, சிங்கள மக்களை கொண்ட, இலங்கையின் தென்பகுதியில் (கொழும்பு) இருந்தும் “நோயில் விழுந்துபோன **தன் தேசத்தின்** மீட்சிக்காய்” ஏங்குகின்ற குரலுடன், தன் அடையாளத்தை அழிக்கிற அந் நிலத்திற்கு வெளியிலிருந்து அதன் உருவாக்கத்தை - தரப்பட்டிருக்கிற - அதற்கான நியாயங்களை கேள்வியெழுப்ப வேண்டியும் ஒலிக்கிறது பிறிதொரு குரல். இவ்வாறாய்,தேசம் என்பது எம்முன் முரணுகள் நிறை கருத்தாக்கமாக எழுந்து நிற்கிறது. இங்கே:

- “தன்” தேசத்தின் மீட்சிக்காய் பாடும் ஒரு பெண்ணின் தேசம் எதுவாக இருக்கும்? அது தான் வாழ்ந்து கொண்டிருக்கும் நிலமா அல்லது தன் பெற்றவர்கள் பிறந்த குறிப்பிட்ட பிரதேசமா?
- புலம்பெயர் தமிழராய் நாம் வாழும் அமெரிக்கா எமது நாடாக இருக்க முடியுமா? “கனடா” என்கிற நாடு பூர்வீகர்களுடையது என்கிற வரலாறு மறைக்கப்படுவதை - வந்தேறு குடிகளாய் இங்கு வந்த நாங்கள் “இது எம்மை வாழ வைத்த நாடு, எமக்கு வாழ்வு தந்த நாடு” எனுகிற போதான ஒத்திசைவில் - ஏற்றுக் கொள்கிறோம் அல்லவா? அவர்களது நாட்டில் அவர்களை

ஒடுக்கியவனுக்கு எம் நன்றியுணர்வைக் காட்டுவதூடாக எமது குரல் அவர்களது வரலாற்றை அமிழ்த்துகின்றது; அதை அறியாமையெனக் கூடிய சந்தர்ப்பவாதம் ராஜதந்திரமாக எம் அரசியல் பரப்பெங்கிலும் நிறைந்திருக்கிறது.

- "என் தேசம்" எது என்ற கேள்வியின் பின்னான அரசியலையும் உள்ளடக்கி, தேசம், தேசீயம் இவை கட்டமைக்கப் பட்டிருக்கிற ஆதிக்க-ஆண்-மனத்துடன் முரண் கொள்வதாக முரணானதாகத் தானே, அவ் ஆதிக்க-ஆண் மனத்தின்-அத்தனை பரிமாணங்களுக்கும் பிளவுகளுக்கும் தன்னுடைய பிள்ளைகளைப் பறிகொடுத்தவர்களது மனநிலை இருக்க முடியும்?

6

"துவக்குகளோடு" வந்த வெள்ளைத் தோல் மனிதர்களால் - பூர்வீகரிடமிருந்து - கொலைகளாலும் தந்திரங்களாலும் திருடப்பட்ட நிலமிருந்தே இத் தொகுதி வெளிவருகிறது. ஆக்கிரமிப்பாளர்கள், ஒரு பெரு நிலத்தை அவர்களிடமிருந்து திருடி விட்டு, இன்றவர்களை றிசேர்வ் (reserve) எனப்படும் மலையகத்தின் லயங்களைப் போன்ற குடியிருப்பு(?)களில் அடைத்துள்ளார்கள். இக் குடியிருப்புகள் போரினால்ப் பின்தங்கிய கிராமங்களை விடவும் கீழ்நிலையில் மின்சார, நல் குடிநீர் வசதிகளற்றுக் கிடக்கின்றன. எமக்கான மனித உரிமைகளை உலகுக்கு பேசுபவர்களாக உள்ள அதே கனடியர்களாலேயே, திட்டமிட்ட முறையில் மௌனமாக பூர்விகருடைய வாழ்வு முற்றாய் சீரழிக்கப்பட்டுக் கொண்டிருக்கிறது. இந் நிலமிருந்தே நாம் எம் மீதான வன்முறைகளுக்கு எதிராகப் பேச வேண்டியிருக்கிறது. அதன் முரண்களோடும், எமக்கான அரசியலை தீர்வுகளை இவர்களிட.மிருந்தே தேர / பெற வேண்டியிருக்கிறது. (உ.மாக: சமாதான காலத்தில் கனடிய, பிரெஞ்சு - ஆங்கில மாகாண சுயாட்சி முறை என்பன அவ்வாறு பேசவும் பட்டன).

வேறொரு புலத்தில் வேறு அனுபவங்களுள் செல்கிற எம் குரல்களையும் - வெவ்வேறு அரசியல் - சமூக தளங்களில் நின்று பார்க்க வேண்டும். உலகமெங்கிலும் சிதறியிருக்கிற *ஒவ்வொரு ஈழத்தைச்* சேர்ந்தவர்களது குரல்களும் - பகைபுலம் ஒன்றென்ற போதும் - அதன் உள்ளியங்கும் வேறுபாடுகளைக் காணலிலும் சமூக ஆர்வலர்கள் எனப்படுகிறவர்கள் தம் கவனம் வேண்டும். அதனூடேயே அவ் வேறுபாடுகளை ஒன்றின் கீழ் அடக்குவது அதன் ஏனைய குரல்களுக்கு எதிரானது என்பதான புரிதல் நிகழலாம்.

தமது கருத்துக்களைப் "பிரதிபலிப்பான்"களாக (நன்றி: கருணாகரன்) மனிதரை, குழுக்களை, கருத்தாக்கங்களை உருவாக்குவதும் அதற்கு வெளியில் எதையும் தேடிச் செல்லாமலிருப்பதும் என்கிற ஒரு "சொகுசு மனநிலை"யை ஒத்து, அறிவுசீவிகளும் தமக்குப் பரிச்சயமான காலத்தை "இன்று" என அறிமுகப்படுத்தும் வன்முறையைச் செய்வதாக இருக்கிறார்கள். அஃதூடே ஈழத்தின் பல்வேறுபட்ட மக்களின் வலியைக் கூட ஒன்றாக்கவும் செய்கிறார்கள்; தேடலற்றவர்களாய், அறிவுக்கு எதிரான அலட்சியத்துடன், தங்களுக்கு எது கிடைக்கிறதோ அதையே எல்லோரது குரலாகவும் பிரகடனம் செய்கிறார்கள்.

இங்கே: நாம் - "எமக்குக் கிடைக்கிறவற்றை வைத்துப் பேசிக் கொண்டிராமல்"; அப்பால், மேலும் மேலும் - எமது சமகாலத்தின் நிகழ்வுகளிற்கு நியாயம் செய்யும் - பிரதிகளைத் தேடிச் செல்லவும், அதனூடே, அந் நிலத்தினுள், பல்வேறு திட்டமிட்ட, அல்லது இனங் காணவியலா செயற்பாடுகள் அழுத்தி மறைக்கிற குரல்களைத் தேடிச் செல்லவும் வேண்டியிருக்கிறது. அதுவே இத் தொகுதியினது தொடர்ச்சியாக இருக்கும்.

தோழமையுடன்

தொகுப்பாளர்கள்

ஆவணி 2007

☐ பிற்சேர்க்கை 02

யுத்த காலம் 2009 - தேசத்திடம் திரும்புதல்

புதிய தேசங்கள் ஒடுக்கப்பட்டவர்களுக்குத் தந்த விடுதலையும் அனுபவங்களது வெளியும் வேறானாலும், - தமதெல்லா உறவுகளையும் வெளிநாடுகளில் கொண்டிருக்கிற - ஆதிக்க பிரதேசவாதிகள் போலன்றி, பல உறவினர்களை அங்கு(தேசத்தினுள்க்) கொண்டிருக்கிற, புலம்பெயர்ந்து வாழும், குறைந்த அளவிலான ஒடுக்கப்பட்ட, பின்தங்கிய பிரதேசங்களைச் சேர்ந்த மக்கள் தாம் பிறந்த தேசத்திடம் திரும்ப வேண்டிய சந்தர்ப்பங்களை யுத்த காலம் கொண்டு வருகிறது.

போர் நிறுத்தத்திலிருந்து (நம்பிக்கையிலிருந்து) அக் காலப் பகுதியின் அரசியல் களையெடுப்புகள் (படுகொலைகளிலிருந்து) மீண்டும் உத்தியோகபூர்வமாய் இனவழிப்பு யுத்தம். மக்கள் முகாம்களிடம் ஆயுதங்களால்த் துரத்தப்பட்டனர். இடையில், மீண்டும் அம்மா - போராளி - சகோதரி - விசிரி என்கிற யுத்தகால முகங்களை வரித்தவாறு பெண் இருப்பு.

மீண்டும், மறுக்கமுடியாத உண்மை, இந்த யுத்தமும் உயிரிழப்புகளும் தேசத்திலிருந்து வெளியேறவியலாத, பெரும்பான்மை, அடித்தட்டு மக்களுடையதே என்பதும், இந்த யுத்தம் பலிகொண்டது தொடர்ந்தும் பலிகொள்வது ஏழைத் தாய்மாரின் குழந்தைகளையே என்பதும்...

யுத்தம் தேசத்தின் வறிய மக்கள் மீதானது. எப்போதும் தொலை-புலங்களில் இருந்து "பேசுகிறவர்களாய்" தேசியவாதிகள் இருக்க, அஃதால் இழப்புகளை முகங் கொடுத்தவர்களாய் மனப்பிறழ்வுகளுக்கு உள்ளாகிறவர்களாய் பாதிக்கப்பட்டவர்களாய் சாதாரண மக்களே இருந்தார்கள்; மரணத்திடம் திரும்பிய இந்த யுத்தம் அவர்களது தேர்வாக இருந்ததில்லை.

இனி: இயலாமையையும் குற்றஉணர்ச்சியையும் எழுப்புகிற சொற்களோடு சொல்வதற்கு எதுவுமில்லை. இப்போது: "இது யுத்த(ம் நடக்கிற) நிலத்துக்கு "வெளியில்" வாழும் குறிப்பிட்ட சில இலங்கைப் பெண்களின் தொகுதி" என்பதே சரியாக இருக்கும்.

இதில் எழுதியுள்ள, இலங்கையில் இருந்து எழுதிய கவிஞர்களுள்

அனேகமானவர்கள், போருக்கும் போர் நிறுத்தத்துக்குமிடையேயான குறுகிய காலப் பகுதிகளில் கல்வி மற்றும் குடும்ப நிமித்தமாக புலம்பெயர்ந்துள்ளார்கள். ஆக, அதுவும் இதில் எழுதியுள்ள பெண்களிடம் உள்ள “தேர்வுகள்” எனும் அரசியலைப் பேசவே செய்கிறது. தேர்வற்ற பெண்கள் இலங்கைக்கு **உள்ளே** உள்ளார்கள். அவர்கள் தனியே பெண்களாக அல்ல, சாதீய பொருளாதார அவர்கள் பிறந்த நிலப் பிரசேதத்தின் (போர் காரணமான) பின்தங்கல்நிலைகளால் ஒடுக்கப்பட்ட வர்களாய் உள்ளார்கள். அவர்களது பிள்ளைகள் போராடினார்கள். அவர்கள் போராடினார்கள். ஆயுதம் ஏந்தி மட்டுமல்ல, ஆயுதம் ஏந்தியவர்களுடனும் அவர்கள் போராடினார்கள்.

இன்று முகாம்களுள் அடங்கியுள்ள எஞ்சியுள்ள சனங்களுக்கு, அவர்கள் கடந்து வந்த, எம் காலத்தில் நடந்தேறப் பெற்ற மனித அழிவு கடக்க முடியாத கனவாக நடந்தேறியிருக்கிறது. அக் கனவில், அந்நிய ஆயுதங்கள் மட்டும் அல்ல, எமது ஆயுதங்களே கூட தம் சொந்த மக்களைக் கொன்று, கொன்றவனாயும் கொல்லப்படுபவனாயும் ஆகிய பெரும் துரோகத்தை செய்தன. அந்த யதார்த்தத்தைக் கத்தப் போகும், எம் ஆன்மாவைத் துளைக்கும் அவர்கள்தம் அலறல்கள் எங்களை நெருங்குகின்றனவா? எங்களால் அதன் ஓலத்தைக் கேட்க முடிகின்றதா?

இதுவரை, யுத்தம் - இலங்கையின் ஏனைய சிறுபான்மைகளுடன் - பெண்களுக்கு எதைத் தந்தது என்பதற்கு நாங்கள் இலங்கையின் ஒவ்வொரு சமூக கட்டமைப்புகளுள்ளும் நுழைந்து பார்க்க வேண்டியிருக்கிறது. பெண்களது இருப்பை, அரசியலிலும் தம் இடத்தை, கேள்வி கேட்க எத்தனை பெண்கள்? பெண் அரசியல் விமர்சகர்கள்? எழுத்தாளர்கள்? கவிஞர்கள்? முன்னாள் பேச்சுவார்த்தை மேடைகளில் எத்தனை பெண்கள்? ஆயுதங்கள் தவிர்த்து, தேசியமும், “தேச” அரசியலும் பெண்களுக்கு தந்தது என்ன என்பதையும், வருங்காலம் பெண்களினுடைய கரங்களினூடாக மூளையினூடாக இதயத்தினூடாக கருணையினூடாக எழுதக் காத்திருக்கிறது.

தொகுப்பாளர்கள்

அதே திருடப்பட்ட நிலமிருந்து

□ பங்களிப்பாளர்கள் குறித்து

1. ரேவதி

இலங்கையில் வெளிவந்த "சரிநிகர்" பத்திரிகையில், 90களின் பிற்பகுதியிலிருந்து சுந்தரி, கலா, ரேவ் போன்ற புனைபெயர்களில் எழுதிய ரேவதி, முக்கியமான பல சிறுகதை களையும் கவிதைகளையும் எழுதியவர். இவரது "கோணேஸ்வரிகள்" (1999) கவிதை வெளியான போதில் பலத்த சர்ச்சைக்குள்ளானது. அக் காலப் பகுதியில் சரிநிகரூடாக ஒலித்த குறிப்பிடத் தகுந்த பெண் குரல். இத் தொகுதிக்காகத் தொடர்புகொண்ட போதில் யாழ்ப்பாணத்தில் வசிக்கிறார். தற்சமயம் இலங்கைக்கு வெளியில்.

2. நிவேதா

தமிழ் இணையத்தினூடாக வெளிப்பட்டவர் நிவேதா (யாழினி). இந் நூலுக்காகத் தொடர்பு கொண்ட போதில், தென் இலங்கையில் (கொழும்பு) வசித்து வருகிற மாணவி. தற்சமயம் இலங்கைக்கு வெளியில் கனடாவில் கல்வி பயில்கிறார். இவரது வலைப்பதிவு: http://rekupthi.blogspot.com/

3. அனார்

2000ஆம் ஆண்டளவிலிருந்து, இலங்கையிலிருந்து வெளிவருகிற இலக்கிய இதழ்களில் தொடர்ந்தும் எழுதி வருபவரான அனார், (சாய்ந்தமருது) கிழக்கு மாகாணத்தைச் சேர்ந்த பெண். "மேலும் சில இரத்தக் குறிப்புகள்" (2006) போன்ற அனாரின் கவிதைகள் கருணை மிகுந்த மனிதக் குரலாக வன்முறைகளுக்கு எதிராக ஒலிப்பன. அவரின் முதலாவது கவிதைத் தொகுதியான "ஓவியம் வரையாத தூரிகை" (2004, மூன்றாவது மனிதன் பதிப்பகம், இலங்கை) இலங்கை அரசின் சாகித்திய மண்டலப் பரிசையும், வடக்கு கிழக்கு மாகாண அமைச்சின் இலக்கியப் பரிசையும் பெற்றது. "எனக்குக் கவிதை முகம்" இவரின் இரண்டாவது தொகுதி காலச்சுவடு பதிப்பகம் வெளியிட்டுள்ளது (2007).

4. ஆழியாள்

மூதூர், திருக்கோணமலை, கிழக்கிலங்கையைப் பிறப்பிடமாகக் கொண்ட ஆழியாள், அவுஸ்திரேலியாவில் வசித்து வருகிறார். பல்வேறு இலக்கிய - இணைய சஞ்சிகைகளில் இவரது படைப்புக்களைக் காணலாம். 90களில் பரவலான தலைமுறை. ஆழியாளின் வெளிவந்த கவிதைத் தொகுதிகள்: உரத்துப் பேச (மறு, 2000), துவிதம் (மறு, 2006)

5. ஜெபா (எ) அதீதா

பிரான்ஸில் எக்ஸில் சஞ்சிகையின் முன்னாள் ஆசிரியர்களில் ஒருவரான ஜெபா தற்சமயம் கனடாவில் வசிக்கிறார்; கனடாவில் வெளிவருகிற "மற்றது" ஆசிரியர்களில் ஒருவர். கவிதை, நாடகம், இலக்கியச் செயற்பாடுகளில் ஈடுபாட்டுடன் தொடர்ந்தும் பங்களித்து வருகிறார்.

6. தமிழினி ஜோதிலிங்கம்

தென்னிலங்கையில் (கொழும்பு) வசித்து வந்த மாணவி; தற்போது இலங்கைக்கு வெளியில் லண்டனில் கல்வி பயில்கிறார்.

7. சரண்யா

2000ஆம் ஆண்டளவிலிருந்து எழுதுகிற சரண்யாவின் எழுத்துக்கள் பரவலாய்ப் பிரசுரமாகியவை அல்ல.

8. வசந்தி ராஜா

1983இற்கு முன்னர் புலம்பெயர்ந்த தலைமுறையைச் சேர்ந்தவர் வசந்தி ராஜா. 1996-1997: வானொலியூடாக எழுத வந்த, பின் சிற்றிதழ்களிலும்; சிறுகதை, கவிதை, நாடகம் என பல்துறைகளை முயன்றவர். "புலம்பெயர்ந்தமை தங்கத் தட்டில் தந்திட்ட சுதந்திரம்; என் மகள்களுக்கும் நம் பெண்களுக்கும்" என்கிற வரிகளுக்குரியவர். உயிர்நிழல் சஞ்சிகையிலும், பறத்தல் அதன் சுதந்திரம், பெயல் மணக்கும் பொழுது போன்ற தொகுதிகளிலும் இவருடைய படைப்புகளைக் காணலாம். கனடாவில்: சிறுவர் காப்பகம் ஒன்றில் பணிபுரிந்தவர். இத் தொகுதிக்கான தொடர்புகளின் போதில் கனடாவில் வசித்தவர்.

9. மொனிக்கா

மொனிக்கா: கனடாவில் 1997வரை வெளிவந்த (பெரும்பான்மை தவிர்ந்த) மாற்று அரசியற் குரல்களது பத்திரிகையான “தாயகம்” இதழ்களில் தொடர்ந்தும் எழுதி இயங்கியவர். தாயகத்தின் மறைவுக்குப் பிறகு காணாமற் போன எழுத்துக்கள் இவருடையவை.

10. துர்க்கா

1989: இந்திய இராணுவ யாழ்ப்பாணத்தில் அதன் நேரடி வன்முறை அனுபவங்களுடன் பிந்தைய வருடங்களில்ப் புலம்பெயர்ந்தவர். 1996-7 பகுதிகளில்; கனடாவில் ஒலிபரப்பத் தொடங்கிய 24-மணி-நேர-தமிழ்-வானொலிகள் ஒன்றின், நிகழ்ச்சிகளூடாக எழுத வந்தவர். பெண்கள் சந்திப்பு மலர், பறத்தல் அதன் சுதந்திரம், பெயல் மணக்கும் பொழுது போன்ற தொகுப்புகளில் இவரின் கவிதைகளைக் காணலாம்.

11. மைதிலி

சிவரமணிக்குப் பிந்தைய காலப்பகுதி இவருடையது எனலாம். யாழ்ப்பாணம், “திசை” சஞ்சிகையில் தொடர்ந்து எழுதி வந்தவர். தற்போது கனடாவில் ஊடகத்துறையில் வேலைசெய்கிற மைதிலியின் வெளிவந்த கவிதைத் தொகுதி : “இரவில் சலனமற்றுக் கரையும் மனிதர்கள்” (காலச்சுவடு, 2003)

12. கௌசலா

சமூகம், இலக்கியம், அரசியல் என சகல மட்டங்களிலும் சமூகத்தில் மாற்றங்களை கொண்டுவரும் வேலைகளில் ஆர்வமும் ஈடுபாடும் உடையவர் கௌசலா. கனடாவில் வெளிவந்த அற்றம் சஞ்சிகை ஆசிரியர்களில் ஒருவர். தொலைக்காட்சி ஊடகத்தில் பகுதி நேர நிருபராய் உள்ளார்.

13. இந்திரா (எ) சத்யா.தி.க:

தனது பத்தாவது வயதில் கனடாவுக்குப் புலம்பெயர்ந்தவர். நவீன நாடகங்களில் ஈடுபாடுடைய இவர், பல அரங்க பங்களிப்புகளும் செய்தவர். மாணவர் செயற்பாடுகளில் ஈடுபாடுடைய மாணவி.

14. தர்சினி சண்முகநாதர்

கல்வி காலம் முடித்துவிட்ட அடுத்த கட்டத்திலிருப்பவர்; அதனால் எழுத்தும் வாழ்வின் ஒரு குறிப்பிட்ட காலப்பகுதி முடிவடைவதன் துயரத்தை கொண்டிருக்கிறது. பல்கலைக்கழக பட்டதாரிகளின் மலரில் பிரசுரிக்கப்பட்ட பிரதியே இங்கு இணைக்கப் பட்டுள்ளது.

15. **தான்யா**

2000 ஆண்டில் எழுதத் தொடங்கிய இவரது எழுத்துக்கள் மிக அரிதாகவே பிரசுரமாயின. "கனடா"வில் அகதிகள், தொழிலாளர் உரிமைகள், வறுமைக் கோட்டிற்குக் கீழ் வசிக்கும் புதிய குடிவரவாளர்களின் பிரச்சினைகள் என்பன தொடர்பில் ஈடுபாடுடையவர். ரோறன்ரோ - இலக்கிய வட்டத்துள் வெளிவந்த அற்றம் (2005) சஞ்சிகையின் ஆசிரியர்களில் ஒருவர்.

16. **பிரதீபா கனகா தில்லைநாதன் (அ) பிரதீபா தில்லைநாதன்**

1997: வானொலி நிகழ்ச்சிகளூடாக எழுத வந்தவர். 1999-2001 வரையில் பிரான்ஸிலிருந்து வெளிவரும் உயிர்நிழல் சஞ்சிகையில் தொடர்ச்சியாக எழுதியவர். வேறு இரு கவிஞன்களுடன் இணைந்து யுத்தத்தைத் தின்போம் (1999) கவிதைத் தொகுப்பில் இவரதொரு கவிதையும் வெளியானது. கனடாவில் வெளிவந்த அற்றம் (2005) சஞ்சிகையின் ஆசிரியர்களில் இவரும் ஒருவர்.

17. **கற்பகம் யசோதர**

இவரது எழுத்துக்கள் வெளிவருகிற வலைப்பதிவு :
http://mattavarkal.blogspot.com/

18. **றெஜினி(அ) றெஜி டேவிட்**

தன் 14 வயதிலிருந்தே யாழ்ப்பாணத்தில் பூரணி பெண்கள் நிலையத்தினூடாக தனது சமூகத்துடன் - யுத்த கால அதன் அதிர்வுகளுடன் - தன்னை இணைத்துக் கொண்டவர் றெஜி. 1990களில் இந்திய இராணுவம் வெளியேறி பிற்பாடு, யாழிலிருந்து வெளியேற வேண்டிய சூழலில், கொழும்பில் அகதி முகாம்களோடு சனங்களுக்கான வேலைகளோடு தன்னை இணைத்துக் கொண்டவர். 1991இலிருந்து இலங்கைக்கு வெளியில், இப்போது கனடாவில் வசிக்கிறார். புலம் பெயர் நிலத்திலும், சிறுபான்மைப் பெண்கள் மற்றும் தொழிலாளர் உரிமைகள் சார்ந்த சமூக பங்களிப்பை வழங்கிய, வழங்குகிற றெஜியின் வாழ்வும் அவரது சமூக அக்கறைகளும் சமதளத்தில் இணைந்தே தொடர்ந்தும் இருந்து வருகின்றன.

அவரின் வலைப்பதிவு: http://reginidavid.wordpress.com/

☐ **கிருஸாந்தி ரட்ணராஜா** (1973 - 1998)

கிழக்கிலங்கையில், திருக்கோணமலையைப் பிறப்பிடமாகக் கொண்ட கிருஸாந்தி போர் காரணமாக யாழ்ப்பாணத்துக்கு இடம்பெயர்ந்து கல்வி கற்றவர். தேர்ந்த வாசிப்பு, இலக்கிய நண்பர்கள் பரிச்சயங்கள் ஊடாக தன்னை வெளிப்படுத்திக் கொண்டிருந்தவர், தாதியாகப் பணியாற்றியபோது, இளவயதில் நோய்வாய்ப்பட்டுக் காலமானார். அவரது சிறு கவிதைகள், நாட்குறிப்புகள் என்பன நண்பர்களால் தொகுக்கப்பட்டு பின்னர் வெளிவந்தது; “காலங்கள்” (கூடல் பதிப்பகம், உவர்மலை, திருக்கோணமலை, 1998)

☐ **ரேச்சல் ஹார்சன்** (Rachel Louise Carson) (1901 - 1964)

அமெரிக்கா - ஸ்பிறிங்டேல், பென்சில்வேனியா: கிராமியச் சூழலில் பிறந்து வளர்ந்த இவர்: எழுத்தாளர், கடல்சார் உயிரியல் (Marine biology) மாணவி, விஞ்ஞானி, உயிரியலாளர், சூழலியலாளர் எனப் பல முகங்கள் கொண்டவர். அந்தக் காலகட்டத்தில் பெண்களுக்கானதாய் மதிக்கப்படாத அறிவியல் ஆய்வுத் துறையில் ஈடுபட்டிருந்த இவரது நூல்களின் ஒன்றான Silent Spring சூழலியல் இயக்கத்துக்கு முக்கியமானதொரு பங்களிப்பாகத் திகழ்கிறது. உயிரியலும் எழுத்தும் அவரது இரண்டு உலகங்கள்; கடலும் கடல் சார் சிறு பராயத்துப் புதிர்கள் தந்த உந்துதல்களும் The Sea Around Us (1951) என்கிற நூலாய் வெளிப்பட்டிருந்தன. இரண்டாம் உலக யுத்தத்தின் பிறகு: ஒரு கட்டுப்பாடுமற்று உபயோகத்துக்கு வந்த, செயற்கை இரசாயன உயிர்கொல்லிகள் குறித்து விசனமுற்ற இவரது கவனம், இவற்றின் துஸ்பிரயோகம் ஏற்படுத்தப் போகிற நீண்ட கால எதிர் விளைவுகள் குறித்து பொதுமக்களை எச்சரிப்பதின்பாற் திரும்பியது. 1962-இல் வெளிவந்த “ஒலிக்காத இளவேனில்” இயற்கைக்கெதிரான விவசாய விஞ்ஞானிகளதும் அரசினதும் செயல்கள் குறித்த ஆட்சேபனைகளுடன் இயற்கையான உலகை மனிதர்கள் பார்க்கும் விதத்தில் மாற்றத்தை (விழிப்புணர்வை) வேண்டி நின்றது. இரசாயன தொழில்துறையாலும் சில அரசாங்க அதிகாரிகளாலும் கடுமையாக விமர்சிக்கப்பட்ட போதும் ஹார்சன், தொடர்ந்தும் மனிதர்களது சுகாதாரத்தையும் சூழலையும் பாதுகாக்கிற புதிய கொள்கைகளை வகுக்கும்படி அரசை அழுத்தியவாறிருந்தார்.

பெண்ணின் சாதாரண ஈடுபாடுகளையே ஏற்றுக் கொள்ளாத சமூகம், தமக்கெதிரானதான பெண்ணின் விமர்சனங்களையும் அறிவையும்

எதிர்மறையாவே எடுத்துக் கொள்ளுதல் நியதி. அந்த வகையில், இவரது விமர்சனங்களை எதிர்கொள்ள விரும்பாத Monsanto Company உள்ளிட்ட அமெரிக்காவின் பிரச்சினைக்குரிய உயிர்கொல்லி தயாரிப்பாளர்கள் எள்ளலூடாக அவரது கவித்துவ மொழியை பகடி செய்தும் அவரது பெயரைக் குறிப்பிடாமல் மறைமுகமாக அவரைத் தாக்கியும் எழுதினார்கள். அவற்றுக்கான பதிலாய் பிரெஞ்சு எழுத்தாளரும் உயிரியலாளருமான Jean Rostand-இன் கூற்றையே மேற்கோள் காட்டினார் ரேச்சல்: "ஒன்றைப் பொறுக்க வேண்டியவர்களாய் நமது நிலமை இருக்கிற போது, அதைப் பற்றி அறிகிற உரிமையையும் அதுவே எமக்கு வழங்குகிறது" (The obligation to endure gives us the right to know) நச்சுத்தன்மையான உயிர்கொல்லி மருந்துகளைப் பாவிப்பதை அல்ல, கட்டுப்பாடற்றும் நுகர்வாளர்களுக்கு அவற்றின் பின்விளைவுகள் பற்றிய தகவல்கள் தரப்படாமலும் அதை பரவலாக உபயோகிப்பதையே தான் எதிர்ப்பதாகத் தெளிவாகக் கூறியிருக்கிறார் ரேச்சல். தான் வாழும் உலகம் சுற்றுச் சூழல் என்பன பற்றிய தனது அக்கறைகள், எதிர்ப்புகளை விமர்சனபூர்வமாகவும் துறைசார் தேடலாற்பட்ட அறிவுடனும் இறுதிவரை முன்வைத்தவர் 1964-இல் மார்புப் புற்றுநோயால் இறந்தார்.

"ரேச்சல் ஹார்சனின் வாழ்வை எழுதுவதானது, "மாற்றத்தைக் கொண்டுவர ஒரு தனிநபர் என்ன செய்யலாம்" என்பதை எடுத்துச் சொல்வதற்கு எனக்கொரு வாய்ப்பைத் தந்தது" என்கிறார் ரேச்சலின் சுயசரிதையாளரான லிண்டா லியர்.

லிண்டா எழுதிய அந்நூல் Witness for Nature (1997) அறிவியலில் ஈடுபட்ட பெண்கள் குறித்து வெளிவந்த சிறந்த நூலாகத் தெரிவுசெய்யப்பட்டது. ரேச்சலின் இணையத் தளம்: www.rachelcarson.org

நன்றிகள்

- இக்கவிதைத் தொகுப்புக்கென தமது பங்களிப்பை வழங்கிய பெண்கள்.

- இத்தொகுதி வருவதில் தொடர்ந்தும் அக்கறை காட்டிய நண்பர்கள். ஜெயகுமாரி, மைதிலி, மதி கந்தசாமி

- அறிமுகத்தை வாசித்து பூர்வீகர்களதான நாம் வாழும் இந்நிலத்தை, அதற்கு ஆதிக்க - வெள்ளையர்கள் இட்ட பெயரான "கனடா" என எம் வசிப்பிடமாய்ப் போடுவது தொடர்பாய் இடையீட்டைச் செய்த கௌசலா.

- தொகுதிக்காய் கவிதைகளை வாசித்து தொகுக்க உதவிய துஷியந்தி கணபதிப்பிள்ளை மற்றும் சத்யா

- இத் தொகுதியை மீள் - திருத்தி அனுப்புவதில் எமது தாமதித்தல்களைத் தொடர்ந்தும் நினைவூட்டிக் கொண்டிருந்த அகிலன்.

- இத் தொகுதி வருவதற்குக் காரணமான வடலி பதிப்பகம்